கனிந்து உதிர்தலே காலவிதி

யாத்திரி

வாசகசாலை பதிப்பக வெளியீடு - 142

கனிந்து உதிர்தலே காலவிதி * கவிதைத் தொகுப்பு
விலை: ரூ.200
ஆசிரியர்: யாத்திரி, உரிமை: ஆசிரியருக்கு
முதல் பதிப்பு: ஜனவரி, 2024
வெளியீடு: வாசகசாலை பதிப்பகம், சென்னை- 600073
தொடர்பு எண்கள்: 9942633833 / 9790443979
மின்னஞ்சல்: vasagasalaipublication@gmail.com
இணையதளம்: www.vasagasalai.com
நூல் வடிவமைப்பு: திலீப் பிரசாந்த்
அட்டை வடிவமைப்பு: யாத்திரி
அட்டை புகைப்படம் : தேவகி கந்தசாமி
ISBN: 978-93-91367-88-6

என்னுரை:

அவளோடு எந்தவித எதிர்காலமும் இல்லாதிருப்பினும், தனதே அல்லாத ஒரு பெண்ணிடம் எப்படியேனும் பேசிவிட அவளை எப்படியேனும் கவர்ந்துவிட எத்தனையெத்தனை பிரயத்தனங்கள் நிகழ்த்துகிறான் ஆண்!

சமூக வலைத்தளங்களில், பொதுவெளியில் என எங்கு அவள் இயங்க நேர்ந்தாலும் பெண்ணைக் கவர முற்படும் ஆணின் பொதுவிதியை அவளால் தவிர்க்கவே முடியாது. பெண்கள் கல்லூரி வாசல் முன்பு இருசக்கர வாகனத்தில் சாகசம் செய்து வாரி விழுவது தொடங்கி இன்பாக்ஸ், 'hi' வரை ஒரே விதிதான். அவளைத் திரும்பிப் பார்க்க வைக்க வேண்டும்.

ஆண்களைத் தவிர்த்துவிட்டு வாழ முடியாது என்பது திண்ணம். எனவே ஒருவனை எந்த எல்லையோடு நிறுத்தி வைக்க வேண்டும் என்பதில் தெளிவுற்று விடுகிறாள் பெண். இரட்டை அர்த்தப் பேச்சுகளைப் புரிந்தாலும் புரியாதது போலக் காட்டிக்கொள்ள, நேற்றிரவு போதையில் உளறிவிட்டேன் என்றதும், 'சரி' என்று அதனைப் பொருட்படுத்தாமல் செல்ல, தெரியாமல் கைதவறி அனுப்பிவிட்டேன் என்பதை நம்ப, எல்லை மீறும் உரையாடல்களில் இருந்து நாசூக்காக விடுவித்துக் கொள்ள, தன்னைப் பழக்கிக் கொள்கிறாள்.

அவளுக்கு இன்னும் நம் எண்ணம் தெரியவில்லை என்று நினைக்கும் எல்லா ஆண்களுக்கும் ஒன்று சொல்கிறேன், அவள் எப்போதோ கண்டுபிடித்திருப்பாள். தன்னை அணுகும் எல்லா ஆண்களிடமும் உன் எண்ணம் தெரிந்துவிட்டதென சண்டையிட்டு

வாக்குவாதம் செய்து கொண்டிருந்தால் எல்லோரிடமிருந்தும் தனித்து யாருமே இல்லாத ஒரு வாழ்க்கையைத்தான் வாழ வேண்டும். அப்படித்தான் வீட்டுக்குள் பூட்டி வாழ வைத்துக் கொண்டிருந்தோம் என்பது வரலாறு. அது தனிக் கதை.

ஒருத்தி அவள் வெளியைத் தேடிக் கண்டடையும்போது அங்கு கற்பனைகளால் ஆன ஒழுக்கமீறல் கதைகள் கை, கால் முளைத்து உலவியபடியே இருக்கும்.

பெண் இருக்கும் எல்லா இடங்களிலும் அதனை மையப்படுத்தி உண்டான கற்பனைக்குத் தீனி போடும் ஒரு காமக் கதையோ Manager, Secretary, Colleague, Boss, Best Friend, Teacher, Nurse, வகை Porn Movie-களோ இணையத்தில் புற்றீசல் போலக் கொட்டிக் கிடக்கின்றன. அதில் பெண்ணுக்குப் பங்கில்லை, அதெல்லாம் பெண்ணின் சுதந்திரத்தை ஒரு புள்ளிக்குள் குறுக்கி விட எண்ணிய ஆணின் மனோபயம். அது புரியாமல் அதனைப் பார்த்துப் பார்த்துப் பழகி, ஒவ்வொருத்தியையும் மனதில் எடை போடும் ஒருவன் தன் வாழ்நாளில் ஒரு நல்லன்பைப் பெற்றுவிடவே முடியாது.

வழங்கும் அன்பென்பது எதற்குள்ளும் நிறுத்தி வைக்காமல், அவளது சகலத்தில் இருந்தும் அவளை விடுவித்தலாக இருக்க வேண்டும்.

அந்தக் காதல்தான் நிம்மதி அளிக்கும். மற்றெல்லாம் மனதை அரிக்கும்.

அன்பு

– கார்த்திக் (யாத்திரி)

சமர்ப்பணம்:-
Designநீ சிந்து - க்கு

பகுதி - 1

முகை அலர்ந்த

சொற்களால் வலித்து விடப் போகிறதென்று
காமத்தை மோகம் என்கிறாய்
புணர்ச்சியைக் கூடல் என்கிறாய்
நிர்வாணத்தைப் பிறந்தமேனி என்கிறாய்
காதலை அன்பு என்கிறாய்.
பாதுகாப்பாயிரு,
இத்தனை மென்மையான உன்னை
யாரும் எளிதில் அழச் செய்யலாம்.
☆

எல்லா உறவுக்கும்
ஏதாவது பெயர் வைத்தே ஆகவேண்டுமா என்ன!
சும்மா விடேன்.
அதன்போக்கில் இருந்துவிட்டுப் போகட்டும்.
☆

அலுவல்கள் இன்றி,
போயாக வேண்டுமெனும் அவசரங்கள் இன்றி
வேண்டும்
பாதியில் துண்டிக்கப்படாத உரையாடல்.

உன்னிடம் சொல்லவென வந்தவற்றை
முழுவதுமாகச் சொல்லாமல்,
எப்படித் தாங்குவேன்
சொற்கள் நிறைந்த இருதய கனத்தை.

பட்டினி கிடப்பதை விடவும்
பாதி உணவில் எழுவதில்
பசி அதிகம் தெரிகிறது கண்மணி.
பேசிப் பேசி
பேச ஒன்றுமின்றி ஆகும்போது
முகவாய் உயர்த்தி
கண்கள் பார்க்கிறேன்... வாயேன்!
☆

எல்லாவற்றையும்
தர்க்கப்பூர்வமாக சிந்தித்துச் சிந்தித்து
உணர்வுகளின் பிடியில் இருந்து
நழுவி ஓடிக் கொண்டிருக்கிறேன்,
எளிதில் உடையும் என்னை
எப்போது உன்னிடம் கூட்டி வந்து
அறிமுகம் செய்கிறேனோ
அப்போதே உன்னைக் காதலிக்கிறேன்.

☆

சொல்லியே தீர்வேன் என்றொரு நிலை,
சொல்லிவிட்டால் தீருமோ என்றொரு பதற்றம்.
சொல்லாவிட்டால் புரியாதோ! என்றொரு கவலை
சொன்னால்தான் புரியுமா? என்றொரு கோபம்
எதையும் சொல்லாது பொத்தி வைக்கவும்
எல்லாவற்றையும் சொல்லி வெடித்துச் சிதறவுமென
இறந்து - இறந்து பிறக்கும் இந்த நிலைக்கு
இன்னொரு பெயர் காதல்.

☆

அந்தப் பக்கம் நீ
இந்தப் பக்கம் நான்
இடையில் ஒரு மெல்லிசான நீர்த்திரை.
மூச்சுக் காற்றுக்கே கலைந்து விடும் அதனைப்
பக்குவமாகப் பாதுகாத்து வருகிறோம்.

இந்தத் திரையினால்தான்
உன்னைத் தொட முடியவில்லை,

இந்தத் திரையினால்தான்
உன் முகத்தைப் பிடித்துயர்த்த முடியவில்லை

இந்தத் திரையினால்தான்
உன்னை முத்தமிட முடியவில்லை,

இந்தத் திரையினால்தான்
உன்னை அணைக்க முடியவில்லை.

இந்தத் திரையினால்தான்
உன்னைப் புணர முடியவில்லை

எல்லாவற்றிற்க்கும்
எளிய சமாதானங்கள் தரும்
இத்திரை மட்டும் இல்லையென்றால்,
நாம் ஏங்கி ஏங்கியே
இறந்துவிடுவோம் தேவி!
☆

நீரூற்றிக் கொண்டே
வளரவும் விடாமல்
மண்ணுக்கு மட்கிப் போகவும் தராமல்
வித்தாகவே வைத்திருக்க விரும்புகிறாய்,
நீ பொத்தி வைக்கப் பார்ப்பது,
செழித்துக் கிளை பரப்பி
ஆயிரமாயிரம் கரங்களால்
விண்ணளக்கும் வனத்தை.
என் முதல் பசும் இலைகள்
உன் திசை நோக்கி நீளும்போது
அறிந்துகொள்,
மூச்சடைத்து உயிர் போகும் அவஸ்தையைப்
பொறுக்கமாட்டாத பரிதவிப்பு அது.
☆

அன்பைச் சந்தேகித்தல்:

அன்பை மனம் எப்போதும் சிறு சந்தேகத்துடனே அணுகுகிறது. ஆயிரம் முறை உன்னைக் காதலிக்கிறேன் உன்னைக் காதலிக்கிறேன் எனச் சொல்லும் போதெல்லாம் நிஜமா நிஜமா எனக் கேள்விகளில் படரும் மனம். சமாதானித்து ஒப்புக்கொள்ளும் மனம். உன்னைப் பிடிக்கவில்லை என்று சொன்னதுமே அதனை உண்மை என்று உடனே நம்பிவிடும், ஆராயாது. சந்தேகப்படாது.

எப்போதும் மனமானது நாம் நிராகரிக்கப்படக் கூடிய இடத்தில்தான் இருக்கிறோம் என்பதைத் தீவிரமாக நம்புகிறது. அந்நம்பிக்கையை அழித்துப் போடுமளவு ஒரு காதலை வழங்குவது அத்தனை எளிதுமல்ல. உன்னைப் பிடிக்கவில்லை என்றதும்
இல்லை நீ பொய் சொல்கிறாய் எனச் சண்டை பிடிக்கும் பிரியத்தைச் சம்பாதிக்க வாழ்வைச் சமர்ப்பி.
☆

அன்பின் நாய்க்குட்டிகள்:

எல்லாவற்றையும் கூராய்வு செய்யும் புத்திசாலித்தன மனம் உனக்கு வாய்த்திருக்கிறது எனில் அதனைப் பிரியங்களிடம் பிரயோகிக்காதே! அவற்றிற்கு உன்னைப் போல் குதர்க்கமாக சிந்தித்துக் கொண்டிருக்கத் தெரியாது.

ஒவ்வொன்றிற்கும் காரண காரியங்கள் தேடி முன்பின் நிகழ்வுகளை சரம் கோர்த்து புதிது புதிதாகப் பொருள் கற்பித்துக் கொள்ளத் தெரியாது. பிரியமனம் என்ப கைப்பிடி அன்பிற்கு மூக்குயர்த்திப் பார்க்கும் நாய்க்குட்டிகள் மட்டுமே.

☆

நெருங்க நெருங்க
உன்னை நானும்
என்னை நீயும்
காயப்படுத்திவிடக் கூடாதெனும்
அக்கறைப் பதற்றம்
கூடிக்கொண்டே போவதைக்
காண் சகி,
அது காதல்!
☆

ஏதாகினும் நீதான் வேண்டும்,
எனக்குன்னை
எப்படிக் காதலிக்க வேண்டுமெனத் தெரியாது,
தவறாகக் காதலித்தால்
கோபித்துக் கொள்ளமாட்டாய்தானே!
☆

என்னிடம்
எல்லாம் சொல்லிக் கொண்டிருக்கிறாய்,
எது உன்னை காதலுக்குள் செலுத்துமென
எந்த சொல் உன்னை உடைக்குமென
என்ன காரணத்திற்காக ஓர் உறவை முறிப்பாயென
முக்கியத்துவத்தை எப்படி நீக்கிக் கொள்வாயென
நிராகரிப்பை எந்தக் குறிப்புமொழியில் உணர்த்துவாயென
பொறுமையாக எல்லாம் கேட்ட பிறகு
துணிந்து நான் காதல் சொல்கிறேன்.
உன்னைப் பற்றி நீ சொல்லியவற்றிற்குள்
உன்னைப் பொருத்தி
உன் செயல்களுக்குப் பொருள் தேடிக் கொண்டிருக்க மாட்டேன்,
என்னோடிருக்கப் போகும் நீ என்பவள்
இதுவரை நீயென நீ அறிந்து வைத்திருந்த
நீயல்லாத புது நீ!
பழைய உன்னிலிருந்து
முத்தமிட்டுப்
புதிய உன்னைப் பிரித்துக் கொய்கிறேன்
வா!
✩

என்ன முயற்சித்தாலும்
ஒரு காதலை
அது நிகழ்கின்ற உயரத்தை
செய்கின்ற மாயத்தை
உள்ளோடும் தீவிரத்தை
கனக் கச்சிதமாகப்
புரிய வைத்திட முடியாது
உன்னால் காதலிக்க முடியும்
காதலிக்க மட்டுமே முடியும்.
அதனால்தான் சிரிப்பாய்
அதனால்தான் அழுவாய்
☆

உன்னை வேண்டாமெனச் சொன்னால்
எனக்கு வலிக்கும் என்று
கலங்கிக் கொண்டிருப்பவளை
இன்னுமின்னும் காதலிப்பதைத் தவிர
வேறென்னதான் வழி!
உன் கலக்கம் பொறுக்காமல்
இனி உன்னிடம் இக்காதலைக்
காண்பிக்க மாட்டேன் என
நான் உறுதிகொள்வதைக் காட்டிலும்
பெரிதான காதல்தான் எது!
☆

சொற்களைக் காட்டிலும்
மௌனத்திற்கு அஞ்சுகிறோம்,
ஒரு மௌனம் தனக்குள்
எல்லா விபரீதங்களின் சாத்தியங்களையும்
புதைத்து வைத்திருக்கிறது.
எய்யாத அம்பு
எந்தத் திசையில் வேண்டுமானாலும் பாயக் கூடும்
அபாயங்களைப் போல.
☆

எந்தப் பெண்ணும்
உன்னை நினைவுபடுத்தும்
சாயல் கொண்டவளில்லை,
நான்தான்
எந்தப் பெண்ணைப் பார்த்தாலும்
உன்னையே நினைத்துக் கொள்கிறேன்.
உன்னையே தேடி வருகிறேன்.
☆

அநேக நேரங்களில்
நீ என்ன சொல்கிறாய் என்பதெல்லாம்
மனதில் ஏறுவதே இல்லை.
உன் குரலால் சூழ்ந்திருக்கையில்
சுற்றத்தில் நிலவும் நிம்மதிக்குத்தான்
பேசவே வருகிறேன்.
✰

ஒரே ஒரு கணம்தான்
அதில் எல்லாமும் மாறிவிடுகிறது,
மரியாதை நிமித்தச் சொற்கள் கலைந்து
'டி' என்றாகிறது

பேணிய இடைவெளிகள் மறைந்து
அணைத்து முத்தமிட்டுத் தீர்க்க,
உடலெல்லாம் கோலமிட,
இரண்டு உயிர்களையும் பிணைத்துப் போடும்
ஆவேசம் புகுந்து விடுகிறது.

அதற்குப் பிறகு நம்மால்
பட்டும் படாதிருந்த
பழைய நம்மைக் காணவே முடிவதில்லை.
இனி இருப்பது
இரண்டே தேர்வுதான் நமக்கு
ஒன்று, வந்து அழி
அல்லது
விட்டு ஒழி.
✰

ஏற்றுக்கொள்ள முடியாமலும்
மறுக்கத் தெரியாமலும்
போகச் சொல்ல மனமில்லாமலும்
நிறுத்தி வைக்க நியாயமில்லாமலும்
அல்லாடும் அன்பே
நரன் பெற்ற சாபம்
☆

எதைச் செய்ய வேண்டாம் என்கிறாயோ
அதையே செய்து
உன்னிடம்
வெறுப்பு வாங்கி நிற்கத்தான் பிடித்திருக்கிறது.
நீ கோபப்பட்டுக்
கத்திக் கொண்டிருக்கும்போது
நான் வந்து
சரணடைகிறேன்
I love you.
☆

பெரிதான தொடர்புகள் இல்லை
பேச்சுக்கள் இல்லை
பகிர்தல்கள் இல்லை
காலம் நம்மை இப்படித்தான் நிறுத்தி இருக்கிறது,
ஒவ்வொரு நாளாக விடிகையில்
நானுன் நினைவில் மங்கி மங்கி
மறைந்து போவேனென்று தெரியும்.
நீயென் நினைவில் ஓங்கி ஓங்கி
விஸ்வரூபிப்பாய்
அது போதாதா?
நான் பத்திரமாகப்
பார்த்துக் கொள்கிறேன் நம்மை!
☆

உன்னைத் தேடுகிறது என்றால் உன் குரலைத் தேடுகிறது.
ஒலியாக உன்னை நான் உள்வாங்கி இருக்கிறேன்.
பிரகாரம் போல உன் குரலை இந்த மனம்
சுற்றிச் சுற்றி வந்து கொண்டிருக்கும்,
குரலின் ஆழத்திற்குள் இருந்து
உதித்து வரும் உந்தன் முகம்
ஏனித்தனை அழகு பொருந்தி இருக்கிறது!
☆

காதலைத் தெரிவித்த பிறகே
புத்திக்கு உறைக்கிறது,
இந்தக் காதல் உனக்கு அந்நியமாக இருக்கும்,
அவசியமற்றதாக இருக்கும்,
அனுமதிக்க வழியற்றதாக இருக்கும்,
நிறுத்தி வைக்க இடமில்லாததாக இருக்கும்.
இருந்துவிட்டுப் போகட்டும்.
இதோ இப்போது
உன்னிலிருந்து தள்ளி நிற்பதின் வழி
நானுன்னைக் காதலிக்கிறேன் தங்கக்கிளி.
☆

செய்தது தவறென்று தெரிந்துவிட்ட குற்றவுணர்ச்சி
மன்னிப்பாகிறது
எந்தக் குற்றவுணர்ச்சியும் கொள்ளாதே என விடுவித்தல்
மன்னித்தலாகிறது.
ஏன் மன்னிப்பு கேட்கிறேன்?
ஏன் மன்னிக்கிறாய்?
நிலையில்லாது ஆடிக் கொண்டிருக்கும்
அன்பின் பெண்டுலங்களை
நிறுத்துவதற்கு நமக்குத் துணிவில்லைதானே!
☆

"சொல்.
எனக்காக உன்னால் செல்ல முடிந்த எல்லை எது?"

என்னைப்
பிடிக்கும் என்று சொல்லக்கூடிய நீ
பிடிக்கவில்லை என்று சொல்லக்கூடிய நீ
என்னோடு இருக்க முடியாத நீ
இருக்க விரும்புகிற நீ
இருக்கத் தயங்குகிற நீ
விட்டுப் பறக்கும் நீ
வந்து அடையும் நீ
எல்லா, 'நீ'களையும் நிர்பந்தங்களின்றிக் காதலிக்கிறேன்
உன் நிம்மதிக்காக எதுவும் செய்வேன்,
எந்தன் காதலில் கசந்து நிற்பாயெனில்
இழக்கவே கூடாதென நினைத்த உந்தன் முன்
இந்த நொடி முதல் பிறவியின் அந்தம் வரை
எதிர்படாமலே கூட போவேன்
நீ இல்லாமல் போனால்
வருந்தி உழல மாட்டேன்
நீ இருந்து போன வாழ்வு இதுவென
மகிழ்ந்து கிடப்பேன்.
☆

தூரத்தில் என் முகம் கண்டதும் நடைவேகத்தைக் கூட்டி
ஓடி வரும் கால்கள்,
வந்தென்னைத் தாளமாட்டாமல் தொட்டுக் கொள்ளும் கைகள்,
கொட்டாது பார்க்கும் விழிகள்,
ஏந்திக்கொள்ள வாகாக இரண்டு கைகளுக்குள்ளும்
வந்தமரும் வதனம்,
உயிர் குடிக்கும் முத்தம்,
உருகிக் கரையும் காதல்.
போதும்!
இந்த வாழ்வை வாழ்ந்தேனென்று முரசறைய...
☆

புதுச் செய்தி வந்திருக்கிறதென ஒளிரும்
தொடுதிரையை,
உன் பெயரை நினைத்தே
திறக்கிறேன்.
☆

புரிந்துகொள்ளுதல்:

நாம் புரிந்துகொள்ளப்பட விரும்புகிறோமா என்ன?
ஒரு செய்திக்கு நாம் பதில் அளிக்கவில்லை. அவர்கள்
புரிந்து கொள்கிறார்கள்,

அலைபேசி அழைப்பை ஏற்கவில்லை, அலுவலில் இருக்கிறோம்
என்று புரிந்து கொள்கிறார்கள்,

உன்னோடு இனிமேலும் இந்தக் காதலில் இருப்பதற்கு விருப்பமில்லை
என்று சொன்னதுமே, 'சரி' என்று புரிந்துகொண்டு ஒரு சுடுசொல்லும்
சொல்லாமல் அவர்கள் விலகிக் கொள்கிறார்கள்.

அவ்வளவுதானா? என் இழப்பு உன்னை ஒன்றுமே செய்யாதா? இந்தப்
புரிதல் அதற்குத்தான் உன்னை இட்டுச் செல்லுமா என்றால், ஆமாம்.
ஆத்மார்த்த புரிதல் வெறுமையின் தின்மதிற்குள் சென்று அழுத்திவிடும்.
அங்கு எல்லாவற்றையும் உயிரற்ற வெற்றுப் புன்னகையில் கடந்து
வந்துவிட மனம் பக்குவமாகி இருக்கும். அப்படியான ஒரு பக்குவத்தை
நாம் எதிர்கொள்ளப் பயப்படுகிறோம்.

நிஜமாக நாம் விரும்புவதெல்லாம்
கழுத்தைக் கட்டிக்கொண்டு கதறும் கைகளைத்தான்.
விடாது தொந்தரவு செய்து நம் எரிச்சலை எல்லாம் வாங்கிக் கொள்ளும்
ஒரு பிரியத்தைத்தான்.
நான் உனக்கு முக்கியமில்லையா என சண்டை பிடிக்கும்
பூனைக்குட்டிக் கண்களைத்தான்.
ஆயிரம் செய்திகளில் தன் இருப்பை நிறுவிக்கொண்டே இருக்கும்
பலகீனமான ஒரு ஆன்மாவைத்தான்.

☆

காதலின் ஆயிரம் சில்லுகள்:

என்னால் திண்ணமாகக் கூறமுடியும், எத்தனை காதல்கள் வாழ்வில் வந்திருந்தாலும் உங்களால் வாழ்வில் ஒருத்தியை மட்டும்தான் உள்ளம் கரைந்து மரணத்தின் வாசலில் நின்று காதலிக்க முடியும். அந்த ஒருத்தி வாழ்வின் தொடக்கத்தில் வருவாள், அல்லது இடையில் அல்லது இறுதியில், ஆனால் வந்தே தீருவாள். அந்த ஒருத்திக்காக இந்த வாழ்வை பணயம் வைக்கத் துணிவீர்கள். அவள் உங்கள் வாழ்வில் நின்று வாழலாம், சென்று மறையலாம். வந்து வந்து போகும் விருந்தாளியாக இருக்கலாம். எதுவாகினும் அவளை முன்னிறுத்தியே உங்கள் வாழ்க்கை நகரும். 'உன் முன் நன்றாக வாழ்கிறேன் பார்' என்ற வைராக்கியத்தைப் பிடித்தபடி, 'உன்னால் வருந்துகிறேன் பார்' என்ற வருத்தத்தைக் காட்டியபடி. 'உன் இடத்தில் இன்னொரு பெண் இருக்கிறாள், இனி அவள்தான் எனக்கு, நீ இல்லை' என்ற கோபத்தை அறிவித்தபடி, 'எனக்கு யாரும் வேண்டாம் நான் உன்னிடமே இருந்து கொள்கிறேனே' என்று இறைஞ்சியபடி, அவள் உங்கள் வாழ்வில் நீக்கமற நிறைந்து போன ஒருத்தியாகி விடுவாள். அவள் ஒருத்தியே ஆயிரம் பெண்களைக் காதலித்ததன் அலுப்பைத் தருவாள், ஆயிரம் பெண்களின் அனுபவத்தைத் தருவாள். ஒரு பெண் என்பவள் ஒருத்தி மட்டுமே அல்ல. அவள் உள்ளுக்குள் சிதறிக் கிடக்கும் ஆயிரம் சில்லுகள். காதலிப்பதென்றால் ஒருத்தியின் ஆயிரம் சில்லுகளையும் சேர்த்துக் காதலிக்க வேண்டும்.

☆

உன்னிடம் தெரிவித்து விடுவேனென அஞ்சி
யார் மீதுமெனக்கு காதல் வராதெனச்
சொல்லிச் சொல்லி
நமக்கிடையில் முள்வேலியை எழுப்பியது நான்தான்.
தொட்டுவிடும் தொலைவில் இருக்கும் உன்
விரல்களைப் பற்றிக்கொள்ள,
இடையிலிருக்கும் வேலியைத் தகர்ப்பதறியாது
உயிர் சிதைவதும் நான்தான்
☆

எத்தனை பெரிய பிணக்காகட்டும்
சரி செய்துவிடக் கூடிய சாத்தியங்களை
கடைசி இணுக்கு வரை
ஆவி கரையத் தேடுவேன்.
காதல் அதுதான்.
☆

உன் அன்பின் சில எல்லை மீறல்களைச் சுட்டிக் காட்டி
இது வேண்டாம் என்கிறேன்.

அன்பிற்கு அப்படி எல்லைகளைப் பகுத்துக் கொள்ளத் தெரியாது.
மொத்தமாகவே என்னை வேண்டாம் என்கிறாய் எனப்
புரிந்துகொண்டு ஒதுங்கி நிற்கப் போய்விடும்.

விலகி நிற்பதன் வலியில் கிடந்தழும்.

தான் காரணமற்ற வலிக்குப் பொறுப்பேற்கும் மனங்களே
மன்னிப்பைக் கோருகின்றன.

தெரியாமல் சொல்லிவிட்டேன், மன்னித்துக்கொள்.
☆

உனக்கு நான் எல்லோரையும் போல்தானா?
எனும் வினா,
காதலைத் திறக்கும் சாவி.
☆

இத்தனை காலங்களாக
நான் விரும்பியது போல
நான் நினைத்தது போல
நான் ஆசைப்பட்டது போல
நீ என்னைக் காதலிக்கத் தொடங்கியபோது
நிம்மதியின்றி அலைக்கழிகிறது மனம்,
என் காதல் அதன் உயரத்தில் இருந்து
ஒரு படி இறங்கி விடுகிறது
உனக்குப் புரியாமலே இருந்ததுதானே
என் காதலின் கர்வம்!
என்றைக்குமின்றி திடும்மென்று
என் கர்வத்தை ஏன் உடைக்கிறாய் நீ!
கடைசியாக எல்லாக் காதலும்
வேண்டி நிற்பது
கண்டுகொள்ளப்படாததன்
வலியைத்தான் இல்லையா!
என்னை இப்படியே விட்டுவிடேன்
உன்னைக் காதலித்தே
இறந்து போகிறேன்.
☆

செயலியைத் திறந்து திறந்து ஏமாறுகிறேன்,
நான் உன் செய்திக்குக் காத்திருப்பது போலத்தான்
நீயும் என் செய்திக்குக் காத்திருப்பாயென
அறிவது காதல்
☆

நாம் அமர்ந்து அருந்தி வந்த
தேநீர்க் கடையில்
பின்னொரு நாள்
தனியாகச் செல்கையில்
உன் இருக்கைக்குப் பக்கத்தில்
அதே இடத்தில்
அமரப் போவதென் அனிச்சை.
என்
ஒரு மிடறு கசப்பே.
☆

நானூற்றி ஐம்பது கோடி ஆண்டு வயதேறிய
இப்பூமியில்நான் வாழப்போகும் சின்னஞ்சிறிய காலத்தினை
அழகுறச் செய்ய
உன்னொரு காதலே எளிமையான பாதை.
☆

எல்லா பிரயத்தனங்களும் –
இன்னும் ஒரு சிட்டிகை கூடுதல் அன்பிற்காகத்தான்.
எத்தனை இட்டாலும் நிரம்பாத மனதில்
என்ன கொட்டியும் போதாமையே எஞ்சும்.
நிறையன்பு என்பது கற்பனை தேவி!
☆

முன்னாள் காதலை நினைத்து நீ வருந்தியபோது
எனக்கு உன்னை இன்னமும் பிடித்துப் போனது,
உள்ளிருந்த காதலுக்கு இந்த வருத்தம் கூட
இல்லையென்றால்
உன்னோடிருக்க நான் அச்சமுற்று விடுவேன்.
இப்படித்தான் நாளை என்னையும் அறவே மறந்து
போவாயென்ற அச்சம்.
நானுன் நினைவில் நிற்பேனெனும் நம்பிக்கையே
நம் காதலின் அற்றம் காக்கும் கருவி.
☆

மணிக்கணக்காக என் குரல் கேட்க
என்னொரு செய்திக்கு மகிழ
என் கோபத்தில் துவள
புகைப்படம் அனுப்பச் சொல்லிக் கெஞ்ச
தேடி வந்தணைக்க.
நீ வரும் நாள் வரைக்குமே
எவரும் சீந்தாத என்னை
வேறாரும் கவர்ந்துவிடுவர் எனப் பயப்பட,
இப்போது நீ இருக்கிறாய்.
நான் பார்த்த பல்வேறு நான்களில்
உனக்குரிய நான்தான் அதிசிறந்தவன்.
✩

எவர் கண்ணுக்கும் புலப்படாமல்
நினைவின் பேழைக்குள் பொதிந்து வைத்திருந்த
வடுவாகிப் போன பழைய காயமொன்றை
என்னிடம் திறந்து காண்பித்தாய்,
தழும்பை வருடிக் கொடுப்பதால்
வலி ஆறப் போவதில்லை
எதுவும் மாறப் போவதில்லை – தெரியும்.
நான் உன்னோடு இருந்திருந்தால்
இதனை ஆகவிட்டிருக்க மாட்டேன்.

அதனை அறிவிக்கத்தான் நீ என்னிடம் காண்பித்தாய்,
அதனை ஆமோதிக்கத்தான்
தழும்பின் மீது நான் முத்தமிடுகிறேன்.
ஐ லவ் யூ.
☆

அன்பென்பது
தன் வலி வழி
பிறர் வலியுணர்தல்.
கால் பிடித்தது போதும்
கை வலிக்குமென
நிறுத்தச் சொல்லிக் கொண்டிருந்தது காதல்.
☆

இச்சிறிய வாழ்வில்
எனக்கிருக்கும் காலம் சொற்பம்
அதனைத்
துண்டு துண்டாகப் பிரித்துப்
பகிர்ந்து கொள்ளப் பொறுமையில்லை,
மொத்தமாக நீயே வைத்துக் கொள்
என் நேரங்களை
என் வாழ்வை
மற்றும் என்னை.

☆

பூரணமாக உன்னிடம் சரண்புகுதல் என்பது,
யார் கண்ணுக்கும் புலப்படாமல்
பாதுகாப்பாக மறைத்து வைத்த
என் பலகீனங்களை
உனக்கு அறியத் தருவது.

☆

உன்னிடம் நான்
எதன் பொருட்டும்
நடிக்க வேண்டியதில்லை என்பது
எத்தனை பெரிய ஆறுதல் தெரியுமா!
எத்தனை பெரும் நிம்மதி தெரியுமா!
நீயே என் சுதந்திரம்,
நீயே என் சுவாத்தியம்.
☆

சொல்லிக்கொண்டே இருப்பதில்
பயனொன்றும் இல்லை.
"நான் உன்னை எவ்வளவு காதலிக்கிறேன்"
என்பதெல்லாம் சொற்களின் விரயங்கள்,
உணர வேண்டி விதியிருந்தால்
சொற்களின் தேவையின்றி
உயிரின் வேரில் பூவை மலர்த்தும்
காதல் இது.
☆

ஏன் தாய் போல அன்பு?
ஏன் காதலிப்பவர்களிடம் அம்மாவைக் காணும் ஆவல்?
எந்த ஒரு எதிர்பார்ப்பும் இல்லாமல்
நாம் அன்பென்று கண்ட ஒன்று
அம்மாவிடம் இருந்தே அறிமுகம் ஆகியது.
அதொன்றை மட்டும்தான் அன்பென்றும் நம்புகிறோம்.
அந்நம்பிக்கைக்குள் பிரியமான ஒருவரைக்
கொண்டு வந்து பொருத்தப் பார்க்கிறோம்.
அப்பா அம்மா இல்லாத பிள்ளைகள்?
அவர்கள் எதை அன்பென்று நம்பினார்களோ அதில்
கொண்டு வந்து பொருத்துவார்கள்.
அது கடவுளாக இருக்கலாம்.
ஒருவேளைக்கு உணவளித்த கரங்களாக இருக்கலாம்.
'அதோ அப்படிப் போ' என்று ஒளிக்கு திசைகாட்டிய
விரல்களாக இருக்கலாம்.
அல்லது
ஒரு அன்பிற்குப் பின்
அதேபோல அன்பின் பொருத்தத்தை
தேடிக் கொண்டும் இருக்கலாம்
☆

எப்போதும் என்னை
நீதான் தேடி வந்து பழக்கினாய்
இன்று
அடிக்கடி நானே தேடித் தேடி வருவதால்
உனக்கு நான் தொந்தரவாகி விடுவேனென
தொந்தரவாகிவிடக் கூடாதென
எச்சரிக்கை பேசுகிறாய்

என்னிடம் வரும் உன்னை
எப்போதும் கொஞ்சிக்கொண்டே இருப்பேன்
இன்று
இந்தக் கொஞ்சல் உனக்கு
அசௌகரியமாகப் போய்விடுமென
போய்விடக் கூடாதென
எச்சரிக்கை பேசுகிறேன்.

இனி கொஞ்ச காலம்
நான் உன்னைத் தேடி வருகிறேன்
நீ என்னைக் கொஞ்சிக் கொள்கிறாயா!
☆

பசித்திருக்காதே,
ஒழுங்காகச் சாப்பிடு.

அதிகம் அலைபேசிக்கு கண்ணைத் தராதே,
ஓய்வு கொடு.

நீண்ட நேரம் விழித்திருக்காதே
சீக்கிரம் தூங்கு.

உடல்நிலை மோசம்
பணிக்கு விடுப்பு சொல்

தாமாகவே செய்துவிடக் கூடியவைதான்
என்றாலும்

அன்பின் கட்டளைகளுக்கு முரண்டுவதும் –
பின் கீழ்படிவதுமான வாழ்வே
மண் சொர்க்கம்.
☆

பலகீனமான காதல்:

இத்தனை பலகீனமான காதல் எப்படி இன்னும் பிழைத்துக் கிடக்கிறது? பொதுவாகவே யாருக்கெல்லாம் எளிதில் காதல் சாத்தியமாகும் என ஒரு தவறான கற்பிதம் எல்லோர் மனதிலும் உண்டு, அதில் வசதி படைத்த, அழகில் சிறந்த, திறமை வாய்ந்த என்பவை அடங்கும். இவை அனைத்தையும் ஒருங்கே பெற்றவர்களையும் ஒரு காதல் நீங்கிச் செல்லத்தான் செய்கிறது. மற்றனைவரைக் காட்டிலும் இவர்கள் அதிகமாகவே உடைகிறார்கள். எல்லாமே என்னிடம் இருக்கிறது, ஆனாலும் ஏன் காதல் நிலைக்கவில்லை? என்ற கேள்வியில் புழுங்கிப் போவார்கள். இனி உன் பார்வைக்கு நான் அழகாகத் தெரியமாட்டேன், என் சிறப்புத்தன்மை எதுவுமே உன்னை என்னிடம் ஈர்க்காது. எனில் இந்த உலகம் காதலுக்கு வகுத்த எல்லாமே பொய்.

ஒரு காதலை எந்த மெனக்கெடல்களாலும் உண்டாக்கி விடமுடியாது என்பதுதான் காதலின் அதிசயத்தன்மைக்குக் காரணம்.
சிரிக்கச் சிரிக்கப் பேசுவதால், அறிவின் விஸ்தீரணத்தைக் காட்டுவதால், மணிக்கணக்காக நேரம் ஒதுக்குவதால் எல்லாம் ஒருவரை நாம் entertain செய்யலாமே தவிர காதலிக்க வைக்க முடியாது.
காதல் வேறு எதனாலோ பூக்கிறது. ஏன் என்பதற்கான காரணம் எவரிடமும் இல்லை. பணம், அழகு, திறமை, அக்கறை, அன்பு, கரிசனம், என எதன் கையிலும் காதலைத் திறந்து போடும் சாவி இல்லை. மாயம் போல நிகழ்கிறது. எளிய சொற்களைப் பிடித்தபடி வளர்கிறது, சாதாரண செயல்களை, சாதாரண பாவனைகளை, சாதாரண உடல்மொழியை, அதிசயித்துப் பார்த்து ரசிக்கிறது. இதிலென்ன பிரம்மாதம் இருக்கிறது என்பவற்றைத் தலை மேல் தூக்கிக் கொண்டாடுகிறது.

காமம் மலிந்து கிடைக்கும்,
உயிரை நிகராய்க் கேட்கும் காதல் அப்படியல்ல
அது அரிது.

☆

சீர்காதல்:

இரண்டு எண்ண அலைகள் ஒரே அளவில் ஒரே வேகத்தில் எதிரெதிராகத் தொட்டுக் கொள்ளும்போது ஏற்படும் ஒளிச்சிதறல்கள் எல்லாவற்றையும் மூழ்கடித்துவிடும்.

நான் உன்னை விரும்புவது போலவேதான் நீயும் என்னை விரும்புகிறாய், நீ எனக்கு எவ்வளவு வேண்டுமோ அவ்வளவுக்கு நானும் உனக்கு வேண்டும், நான் உணர்வதையே நீயும் உணர்கிறாய் என்பது இந்தக் காதலின் பரிவைக் கூட்டுகிறது.

காதல் இரண்டு பக்கமும் சரிவிகிதத்தில் நிகழும்போது ஆர்ப்பாட்டமில்லாத நிச்சலனம் ஓர் அசைவின்மையைத் தோற்றுவித்து மனதை நிம்மதிக்குள் ஆழ்த்திவிடுகிறது.

☆

அலைபேசியில் யார் அழைத்தாலும்
ஒரே அழைப்பொலிதான்
ஆனாலும் அழைப்பது நீ எனும்போது
பாராமலே மனம் சொல்லிவிடுகிறது
வந்திருப்பது நீதானென.
☆

அழகோ அழகென்று கருதிய
அத்தனை முகங்களையும்
காலம் வயதேற்றி உருமாற்றி
வசீகரத்தில் இருந்து
இறக்கி வைக்கவே செய்கிறது.
காலத்திடமிருந்து காப்பாற்றி
உன்னொரு முகத்தை மட்டும்
பொலிவு குன்றாமல்
பத்திரப்படுத்தி வைத்திருக்கிறது
என்னொரு காதல்.
எனக்கு நீ
நித்திய அழகி.
☆

முடியாது முடியாதென்று மறுத்தும்
ஒரு முத்தம் ஒரே முத்தமென
அடமாய் நின்று
சரி என்று
நீ முகவாய் நீட்டும்போது,
என் பிடிவாதம் வெல்வதைத்
தாங்கிக் கொள்ள முடியாமல்
இந்த முத்தத்தை
இப்போதிங்கு நான் மறுக்கப் பார்க்கிறேன்,
அப்போதங்கு நீ என்னை முத்தமிட்டாய்.

☆

சொற்களுக்கு அலையட்டும் மௌனம்–
நானுன்னை அணைத்துக் கொள்கிறேன்,
சாத்தியப்படும் சகல வழிகளிலும்
பேசிக்கொண்டிருப்போம் இவ்வன்பை.

☆

உன்னோடு ஒருநாள் கிடைத்தால்...

நீ வாங்கியனுப்பிய சட்டையை அலமாரிக்குள் தேடியெடுத்து அணிந்து கண்ணாடியில் எப்போதையும் விட ஒரு வினாடி நேரம் அதிகமாக என்னைப் பார்த்துக் கொள்வேன். உன் பார்வைக்கு நான் எப்படித் தெரியப்போகிறேன் எனக் கற்பனிக்கும் அந்நொடியில் இருந்தே தொடங்குகிறது நம் சந்திப்பு.

எதிர்வரும் நீ அணிந்திருக்கும் புடவையின் நிறமெல்லாம் அறுதியாக எனக்குத் தெரியாது. அது நான் தேர்ந்தெடுத்தது என்பது மட்டும் தெரியும்.

வந்ததும் வராததுமாக நான் உன் கால்களைப் பார்க்கக் கேட்பேன். இருசக்கர வாகனத்தில் நீ தவறி விழுந்து அடிபட்ட காயம் ஒன்று காலில் உண்டு, உடனிருந்து காயத்தை ஊதி ஆற்ற முடியாத ஏக்கம் இன்னும் அப்படியே இருக்கிறது. ஆறிப்போன காயத்தில் ஊதி நீ என்றோ அனுபவித்த வலியை நினைவுக் குப்பியில் இருந்து எடுத்து காற்றில் கரைப்பேன்.

அருகில் வந்து – நன்றாயிருக்கிறேனா? ஒன்றுமே சொல்லவில்லை! எனப் பார்வையில் பரிசு கோருவாய், தோள்களில் அழுத்தமாக உரசி முழங்கைகளின் தீண்டல் வழி நீ கோரிய பரிசை உரைப்பேன். அழகிடி நீ!

கைகளை வாங்கி ரேகையில் ரேகை பதித்துப் பிடித்துக் கொள்வேன். உள்ளங்கைகள் வியர்த்து ஒட்டிக்கொள்ளும். அப்பி விடுபடும். எதை நினைத்துச் சிரிக்கிறாயோ அதற்கான முன்னோட்டம்தான்.

“நீ கைகளைப் பிடிப்பது போல கைகளைப் பிடிக்கவில்லை, வேறேதோ!” என்று கூசி, தந்த கையைப் பிடுங்கிக் கொள்வாய்.
இருசக்கர வாகனத்தில் பின்னமர்த்தி ஊர்சுற்றுவேன். முதுகில் மார்புகுத்தி செத்துப் போவேன். வீரனுக்கு அழகு நெஞ்சில் ஏந்துவது. இடம் பொருள் ஏவல் பாராது வாகனம் நிறுத்தி இறங்கி உன்னை அணைத்துக் கொள்வேன். எந்தக் கண்கள் பார்த்தால் எனக்கென்ன!

கடல் பார்க்கக் கூட்டிச் செல்வேன். நீ பார்க்காத கடலா? நான் கூட்டி வந்தது நீ கடல் பார்க்க அல்ல. கடலுக்கு உன்னைக் காட்ட. பாருங்கள் கடலே, இவள் உங்களில் ஒருத்தி. இத்தனை நாட்களில் இவள் இதனை உங்களிடம் தெரிவிக்கவே இல்லை. இப்போது பார்த்துக் கொள்ளுங்கள். சின்னஞ்சிறிய கடல்.

காற்றில் அலையடிக்கும் உன் முந்தானையை வாகாக தோள் சுற்றி விடுவேன். அலையைக் கொண்டு கடலை மூடுபவன் நான்.

பின்னலுக்குள் சிக்காமல் பேயாய் அலையும் முடிகளைக் இழுத்துக் கட்டி கொண்டை போட்டுவிடுவேன், என் சட்டையை உனக்கு அணிவிப்பேன். சுண்டுவிரலால் உன் கண்ணுக்குள் மையெழுதி, எழுதிய மையை மார்பில் வாங்கிக்கொள்வேன், நானும் நீயும் மட்டுமே சாட்சியாக உன்னை ரகசியக் கல்யாணம் செய்துகொள்வேன்.

ஒருக்களித்து இடது கைக்கு மேலாக உன்னை படுக்கச் செய்து ஒரு கால் தூக்கிப்போட்டு அசையவிடாமல் கைதுசெய்து பாதுகாப்பாக உறங்கச் செய்வேன். அதேன் இந்தக் கோணம்? என்றால், இப்படிதான் நானுன்னை கனவில் முதன்முதலாக கட்டிப்பிடித்துப் படுத்திருந்தேன். கனவை நினைவில் மீளுருவாக்கம் செய்வேன்.

இந்த நாளை இதே நாளில் மீண்டும் மீண்டும் வாழ்வதற்கு வழி தேடுவேன். கரையும் நேரங்களைக் கண்டு மருகி, உன் மீது படுத்தே கண்ணீருகுப்பேன்.
விடைபெறும்போது. கட்டிக்கொண்டு நிற்பேன். காதுக்குள் உளறுவேன்

“நான் ஒன்னு சொல்லணும்”

“சொல்லாத. அப்படியே வச்சிக்கோ. சொல்லி காத்து பட்டாக் கூட புண்பட்டுவிடும் மென்மை அது. பத்திரமா வச்சிரு. எனக்காக.”

“ம்ம்ம்…”

☆

விடைபெறும் நேரத்தின்
அவசரத் தேவையான
ஓர் அணைப்பில்,
நொடிக்கும் குறைவான
ஓர் இதழ் முத்தத்தில்,
என்ன பெரிய காமம்
இருந்து விடப் போகிறது,

திகம்பரமாகக் கிடந்து
ஒட்டிக் கொண்டே திரிந்து
தொட்டுத் தொட்டு அறிந்ததெல்லாம் –
போதாதென,
உன்னை ஒரு விள்ளல்
கூடுதலாக எடுத்துக் கொண்டு வர
ஆலாய்ப் பறக்கும்
காதலைத் தவிர.
☆

நீ வந்ததும் நிரம்பிவிடும் அளவுக்கு
மிகச் சிறியது என் உலகு.

☆

பகுதி-2

அலர்ந்து கனிந்த

குறுஞ்செய்தி.
"வேலை இருக்கிறது
என்னை நினைத்துக் கொண்டிருப்பதை நிறுத்து"
☆

உன்னோடு
அலைபேசிக் கொண்டிருந்தாலே
சுற்றம் மறந்துபோகும்.
☆

கை நீட்டி
உன்னையே பார்த்திருந்தால்
தொட்டுக்கொள்ள
அருகில் வந்துவிடுகிறாய்.
☆

அருகில் நீ வருந்தோறும்
நமக்கே நமக்காய்
யாருமில்லாப்
புதிய பூமி சிருஷ்டமாகும்
☆

எல்லாக் காத்திருப்பிலும்
ஒரே ஆறுதல்,
எப்படியும் நீ வந்துவிடுவாய்
☆

திடீரென்று அழகாகத் தோன்றுவேன்
அன்று நீ என்னைக்
கனவுக்குள் கண்டுகொண்டிருப்பாய்.
☆

உன் அறையெங்கும் இறைந்து கிடக்கின்றன
நீ உடுத்தி அவிழ்த்துப் போட்ட ஆடைகள்,
எதையும் தொடக் கூடாதென எச்சரித்துதான்
எல்லாவற்றையும்
தொடங்கி வைக்கிறாய்.

☆

முந்தைய இரவில்
நானுன் மீது எழுதிய
அத்தனை கோலங்களையும்
விடிந்ததும் கலையாமல்
கண்ணாடி முன் நின்று
ரசித்துக் கொண்டிருக்கிறாயே
இந்த அழகு என்னாலானது.

☆

திடும்மென்று நீ அழகாகிவிட்டாய்
திடும்மென்று நீ வனப்பாகிவிட்டாய்
என்னாச்சு என்னாச்சு என வினவும்
தோழியருக்கு பதில் சொல்லி மாளாமல்
எங்கு சென்று மறைக்கவெனத் தெரியாமல்
என் காரணக் கைகளுக்குள்ளேயே
வந்து பொதிகிறாய்.
☆

"நான் இவ்வளவு ஆபாசமான பெண் என்று
கனவிலும் நினைத்ததில்லை
நல்ல பொண்ணா இருந்தேன்
இப்படிக் கெடுத்து குட்டிச்சுவரா ஆக்கிட்டியேடா"
என்பதுதான்
காதலி காதலனுக்குத் தரும்
அதிசிறந்த மோகப் பரிசு.

இவ் உதட்டு வரிகள் யாவும்
முத்தத்தில்
பற்றியெறியக் காத்திருக்கும்
மூங்கில் காடு.
☆

ஆளுயரக் கண்ணாடியில்
உன்னை நிர்வாணமாகக் காண்பித்த
அறைக்குள் பிரவேசிக்கிறேன்
முழு ஆடையில்
கண்களை மூடிக் கொண்டிருந்தாய் நீ!

பகல் பொழுதாயினும்
விளக்கை அணைப்பது
உனக்கு ஒரு சம்பிரதாயம்.
☆

கண்களைப் பாரத்துக்கொண்டே
தரும் முத்தம்,
முகத்தைப் பாரத்துக்கொண்டே
களையப்படும் ஆடைகள்,
சிரித்துக் கொண்டே
நடைபெறும் கூடல்,
காதலுக்கானவை.

ஒன்றோ இரண்டோ
ஆடைகளை
உன் மீது மிச்சம் வைத்ததை விட
எப்படித்தான் கொண்டாட முடியும்
இந்தக் காமத்தை,

நானே மீறினாலும்
நம் அறையின் திருவிளக்கு
படபடத்து
தன் ஒளி சேலையால்
உன் நிர்வாணம் மூடப் பார்க்கும்.
☆

இன்று நாளை மறுநாள்
தீரவே தீராத
நீயென் ஆயுள்பசி.
பசியில் நான்
உன் வயிற்றைக் கிள்ளுகிறேன்.
பசி வந்து நான்
பறந்து போகிறேன்.
பசி தீர்ந்து நான்
அடுத்த பசிக்கு ஏற்பாடாகிறேன்.
ஐ லவ் யூ.
☆

உன் பெருவிரல் மூலதீபம்
ஐவிரலும் அர்ச்சனை தீபம்
பாதக் கமலத்தை கண்ணில் ஒற்றிக் கொள்கிறேன்
முத்தம் செய்கிறேன்.
பெருங்காமம் என்பது
பெண்ணின் உள்ளம்பாதத்தை நெஞ்சில் ஏந்துவது.
என் இதயத் துடிப்பை
உன் பாதத்தில் உணரச் செய்வது
உணர்.
உயிரே நீதான்.
☆

மழுமழுவென மழித்த தேகத்தில்
தொட்டதும் கூச்செறியும் மயிர்க்கால் சிலிர்ப்புகள்,
உன்னை என்னிலிருந்து –
வழுகி விடாமல் பார்த்துக்கொள்ளும்
இறுகப் பிடிமானம்.
☆

ரவிக்கையை சீராக மடிக்கத் தெரிந்ததற்கு,
Enamour நிறுவனத்தின் உள்ளாடை ஒரு அளவு பெரியதாக
இருக்குமெனச் சொல்லியதற்கு,
முதுகில் கை ஊர்ந்து நான்கு விரல்களால் ஊக்குகள் அவிழ்க்கும்
வித்தை கற்று வைத்ததற்கு எல்லாம்
நான் வரும் முன்னமே நீ இவற்றை ஏன் கற்றாய் என
சண்டை பிடித்துக் கொண்டிருக்கிறாய்.
இப்போது
இந்தக் கோப முகத்தில்
தேர்ந்த முத்தத்தை இடுவதா வேண்டாமா!
☆

சிறுதுண்டு கூட வெளித்தெரிந்து விடக் கூடாதென
இடையோரத்தில் சுற்றிய சேலையடுக்கிலிருந்து
ஓர் இழையைப் பிரித்து ஏற்றி
ரவிக்கையோடு கோர்த்து வைத்திருக்கிறாள்.
இந்த இடை இப்போது ஆடைச் சேலையோடு மடிகிறது.
பளிச்சென்ற நீலவானதைக் காட்டிலும்
மேகமூட்டம் அடர்ந்த வானத்தின் கீழ்
இந்தப் பூமி குளுமைதான் இல்லையா!
☆

தோள்ப்பட்டையிலிருந்து முன்னிறங்கும் ரவிக்கை நுனி
உடலோடு பசையென
ஒட்டாமல் விடுபட்டுப் பிரிந்து
நிழல் கவிய அறிவிக்கிறது,
மறைந்திருக்கும் மார்பின்
முகட்டுத் திண்மையை.
☆

உன்னை ஓவியம் வரைவதாக இருந்தால்
முதலில் மார்பின் மேலாக இருக்கும்
மச்சத்தைப் புள்ளி வைத்து
அதிலிருந்து பரிதி வெளிச்சம் போலப் படர்ந்து எழும்
உன் உருவத்தைத் தீட்ட வேண்டும்.
கண் பார்த்த ஒன்றைத் தவிர,
மகரந்தப் பொன் மேனியின்
மறைவிடங்களில் பதுங்கியிருக்கும்
மிச்ச மச்சங்கள் எல்லாம் சூரியகாந்திப் பூ.
மோகம் என்பது சூரியகாந்திப் பூக்களை பற்கொய்தல்.
காதல் என்பது மச்சத்தை விள்ளல் கிள்ளி
உன் கன்னத்தில் திருஷ்டிப் பொட்டிடுதல்.
☆

கூடல் அயர்வின்
திக்கும் மொழியில் கேட்டாள்,
"வந்ததும் வராததுமாக இதுதான் வேலையா உனக்கு?"
உன்னை முத்தமிடத் தோன்றியது
உன்னிடம் வரும் வரை
முத்தத்தை அடைகாத்து வைத்தேன்,
அது வளர்ந்து காமமாகி விட்டது.
நானென் செய்வேன்?
☆

தொட்டுத் தடவுவதாகத்தான் தெரியும்,
நீரைப் போல்
மொத்த சரீரத்தையும்
பூரணமாகத் தழுவிக்கொள்ள
வேறு வழிதான் என்னடி?
☆

முந்தானை சரிசெய்கையில் மார்பில் உரசிப் போகும்
விரல்களின் புறத்தின் மீது காதல்.
இன்ப அதிர்ச்சியில் கூச்செறியும் காதோரக்
கன்னத்து முடிகள் மீது காதல்.
குளித்த முழு நிர்வாணத்தில் காது மடலின்
நுனியில் விழவேண்டிச் சொட்டி நிற்கும்
கண்ணாடிக் கம்மல் துளியின் மீது காதல்
பாம்புத் தலையாய் சுருக்கம் வைத்திருக்கும்
கால்மூட்டுக் கருமை மீது காதல்.
எத்தனை கவனமாக நடந்தும் பின்னதிரும் பிருஷ்டத்தின்
மீது காதல்.
உள்ளாடை பதிந்து பதிந்து உண்டான வெண்மைத்
தடத்தின் மீது காதல்.
ஒருபக்கமாக சரிந்து படுத்து இருக்கையில் மார்பைத் தாங்கி
வைத்திருக்கும் மெத்தையின் மீது கூட காதல்.
காதல் அப்படித்தான்
கண்டநேரத்தில் கண்டமேனிக்கு வரும்.
✩

இதனை ஏன் காமமென்கிறாய்,
இது உடலில் இருந்து பிரிந்த புலனை
மீண்டும் உடலோடு பொருத்தும் முயற்சி
இதனை ஏன் வேட்கை என்கிறாய்,
இது உன்னை உன் உடலுக்குள் வந்து
அறியும் முயற்சி
அங்கங்களில் நான் கண்டு தரிசிப்பதெல்லாம்
அங்கங்கு சிதறிக் கிடக்கும் பல்வேறு உன்னை
இச்சரீரம் உன்னை வாங்கித் தனக்குள்
குடி வைத்திருப்பதால்தான்
அதியழகாகப் போனது.
நம்பு! இதற்குள்
வேறு யார் இருந்திருந்தாலும்
நான் வந்திருக்க மாட்டேன் தெரியுமா?
நானுன் அழகு தேகத்தைத் தொடுகிறேன்
அதன் வழி அதனை விடவும்
அழகான உன்னைத் தொடுகிறேன்.
ஐ லவ் யூ.
☆

பார்வையின் மொத்த கவனத்தையும்
தன்னிடமே குவித்து ஈர்த்துவிடாமல்,
நான் அழகுதான்
மேலும் பல அழகுகள் இம்முகத்தில் உண்டென
அடக்கமாகச் சொல்பவை
Matte Lipstick உதடுகள்!
☆

மழுமழுவென மழிக்கப்பட்ட கால்கள்,
மயிர் நீப்பினும்
பொலிவோடு உயிர்வாழும்
கவரி மான்கள்.
☆

இணையத்தைத் திறந்தால்
வரிசை கட்டி நிற்கின்றன ரீல்ஸ்
தொப்புளைக் காட்டி ஆடிக் கொண்டிருப்பாள் ஒருத்தி
மார்பின் பிளவுகளை காணத் தருவாள் ஒருத்தி
ஏக்கத்தோடு உதடுகளைச் சுழிப்பாள் இன்னொருத்தி

இணையத்தைத் திறந்தால்
கொட்டிக் கிடக்கின்றன நிர்வாணங்கள்
விதம்விதமான அளவுகளில்,
சகல நிறங்களில்
வடிவான கட்டுடலில்
ஒப்பனையின் ஓய்யாரங்களில்
அத்தனையும் தாண்டி வந்து
நானுன் மணிக்கட்டு நரம்பில்
கெண்டைக்கால் மொளியில்
காமுற்றுக் கொண்டிருந்தேன்.
☆

ஆர்வமிகுதியில்
தொடத் தொட வரும்போதெல்லாம்
மார்பின் குறுக்காகத் தடை போட்டு
கைகளைத் தட்டித் தட்டி விடுவாய்.

பிரியும் தருவாயில்
என் கைகளை வாங்கி
நெஞ்சுக்குள் பொத்தி
அழுதுகொண்டு நின்றாய் அல்லவா!
அன்றைக்கு என் கைகளை அழுத்தியது
மார்பல்ல, உயிர்.
அன்பே!
☆

தொட, அணைக்க, முத்தமிட, முகம் பார்க்க, புணர,
என சகல உணர்வுகளும்
ஊதினால் உதிர்ந்துவிடும் மிக மெல்லிய நூலிழை.
ஆயிரம் முறைக்குப் பின்னும் அதனை
அறுந்துவிடாமல் பார்த்துக்கொள்ளும் மனத் தீவிரமே
கொண்ட காதலின் நிறை.
☆

Neck fetish என்ப
எதுவாகினும் முதலில் கழுத்தில் இருந்தே ஆரம்பிப்பேன்
என்று பொருள்.
முதல் முத்தம் கழுத்திற்குத்தான் என்று பொருள்,
இதழ் முத்தத்தின்போது கழுத்தை
வருடிக் கொண்டிருப்பேன் என்று பொருள்.
பின்னங்கழுத்துப் பூனைமுடிகளின் பொன்சிதறல்களுக்கு
மூச்சடைத்துப் போவேன் என்று பொருள்.
கழுத்திலிருந்து நீண்டோடும் நடுமுதுகு நீர்ப்பள்ளத்தை
கழுத்திலிருந்து இறங்கிப் பெருகும் அருவி மார்பைக்
கண்கொட்டாது கண்டு களிப்பேன் என்று பொருள்.
முழு நிர்வாணத்தை ஆண்ட பிறகும்
கழுத்தில் விழுந்தே சாகச் சம்மதிப்பேன் என்று பொருள்.
☆

முப்பது வயதைக் கடந்த நீ:

குழந்தைத்தனங்களும், அப்பாவிக் கண்களும், நீங்கிப் போன பக்குவ முகத்திற்கென்று தனியான யவ்வனம் உண்டு.
இறுக்கம் தளர்ந்து மெல்லமாகக் கனிந்த உடலுக்கென்று தனிக் கவர்ச்சி உண்டு.
இளமையின் நதி முதுகடலில் சென்று சேரும் முன் பேரருவியாக விஸ்வரூபிக்கும் காலம் மகத்தானது.
அருவியின் பிரமாண்டம் எல்லோர் கண்களையும் பறிக்கக் கூடியது.
மனத்தைக் கவர்ந்து அடிமை செய்யக் கூடியது.
மொத்தமாக ஒப்புக் கொடுக்கத் துணியச் சொல்வது.
துணிந்து நிற்கிறேன்.
பாரடி, என் காமலீலா வினோதி!
✩

சிருஷ்டி:

ஆதியில் நாம்தான் பிறந்து இருந்தோம். நீ என்னிலிருந்து பிறக்கவில்லை, நீ என் விலா எலும்பிலிருந்து தோன்றவில்லை. அதெல்லாம் கட்டுக்கதை. நீ பூமியின் மறுகோடியில் இருந்தாய். பல்லாயிரம் தொலைவுகளுக்கு அப்பால் இருந்தாய். நான் உன்னைத் தேடிப் பயணப்பட்ட பொழுதில் நீயும் எனை நோக்கி வரத் தொடங்கி இருந்தாய். நாம் எதிரெதிராகப் பார்த்து மிரண்டோம். நீ வித்தியாசமாக இருந்தாய். என் உடல் போல உன் உடல் இல்லை. உனக்கு மேகப்பொதி போல முலைகள் இருந்தன, இடை வளைந்து தூரத்து மலையின் முகட்டைப் போலக் காட்சியளித்தது. காலிடையில் ஒரு ஈரிதழ் பூ பூத்திருந்தது. "நீங்கள் வனதேவதையா?" என்றேன். இல்லையென்று தலையாட்டினாய்.

நாம் ஒன்றாகச் சேர்ந்து வயிற்றுக்கு உணவு தேடினோம், உறங்க இடம் தேடினோம். தெள்ளிய நீரில் ஒன்றாகக் நீராடினோம், சிடுக்கான உன் கூந்தலை நீரில் அலசிக் காய வைத்தேன். கைகளைப் பிடித்துக் கொண்டு காடு சுற்றினோம். எந்த விலங்குகளும் உன்னை அண்டாமல் பார்த்துக் கொண்டேன், பூரண நிர்வாணத்தில் பரிசுத்தமான காதலோடு நாம் அன்பாயிருந்தோம். இது மனிதகுலத்திற்கே ஆபத்து என்று அதிகாலையில் வானத்தில் இருந்து அசரீரி ஒலித்தது. உங்கள் இடையில் இருக்கும் இந்த அன்பு ஒரு நீர்க்குமிழியின் தெளிவான தூய்மையைக் கொண்டது, இதனை மனிதர்களால் கையாள முடியாது என்று காதலை காமத்தால் அழுக்குபடுத்த பணிக்கப்பட்டோம், காதல் காமத்தால் கலங்கப்பட்டு அழுக்காகும்போதே கையாள்வதற்கு இலகுவாகிறது. அந்தக் காலையின் இளஞ்சூரிய வெளிச்சம் உன் திருமேனி தழுவி காலடியில் விழுந்து வணங்கியது போன்ற பிரம்மை. எனக்குன்னை முத்தமிடத் தோன்றியது. முதல் முத்தத்தை என்னிலிருந்து உன்னை வித்தியாசப்படுத்தும் பாகத்திற்குத் தந்தேன். அதன் நீட்சியாகத் தோன்றியது உதட்டு முத்தம்.

புணர்ச்சியை நாம் முத்தம் கொடுத்துக்கொள்ளல் என்று அடையாளப்படுத்தினோம். ஒரு கோடி முறை இந்த உடலை முத்தமாகப் பகிர்ந்துகொள்ள உறுதி பூண்டோம்.

பிள்ளைகள் பிறந்தார்கள். நமக்கு நரை முடி உதித்தது. பிணி கொண்டு உடல் தளர்ந்தது. இறந்தே போனோம். பிள்ளைகளுக்குப் பிள்ளைகளாக மீண்டும் மீண்டும் பிறந்தோம், கற்களை உரசி நெருப்பைக் கண்டுபிடித்து, கற்களை ஆயுதங்களாக்கி, உருளைகளால் சக்கரம் செய்து, ஆற்றங்கரையில் வசித்து, பயிர் செய்து, குடும்பம் அமைந்து, நாடு உண்டாகி, நாடுபிடிச் சண்டைகள், மதங்கள், சாதிகள், போர்கள், பாகுபாடுகள் அத்தனையும் கண்டு கடந்து, இன்று நான் உன்னைத் தேடி வந்தேன். நீ என்னைத் தேடிக் கொண்டிருந்தாய். இதோ, இப்பிறவிக்கு நாம் மீண்டும் சந்தித்துவிட்டோம், ஒரு கோடி முத்தங்களை விட்ட இடத்தில் இருந்து தொடங்குவதற்கு.

☆

காமத்தை எளிதாகப்
புறந்தள்ளிவிட முடிகிறது,
காமம் வந்து மேவிடாத
அன்பின் நிகழ்வுகள் ஆயிரம் உண்டு
அவற்றில் இருந்து தப்பிக்கத் தெரியாமல்தான்
நிலைதடுமாறி நிற்கிறது
ஒவ்வொரு காதல் மனமும்.
☆

பொருளற்ற காமம்தனை
வெற்று உடற்தேவையென
சாதாரணமாகக்
கைக்கொள்ளும் எவரும்,
பொருளற்ற காதலென ஒன்றை
பொருளற்ற அன்பென ஒன்றை
என்றும் கைக்கொள்ளத் துணிந்ததில்லை.
அங்குதான் ஆகிவிடுகிறது காதல்,
அத்தனைக்கும் தலையாய பண்பாய்.
☆

பகுதி-3

காலவிதி

ஒரு சொல் ஒரேயொரு சொல்
ஊசியெனச் சுருக்கென்று தைத்துவிட்டால்.
அதற்குப் பின்
நீ சொல்லும் ஆயிரம் அன்புச் சொற்களுக்கும்
முனை மழுங்கிப் போய்விடும்.
☆

இப்போதெல்லாம் நமக்கு
ஒருவரையொருவர் பற்றிய
உறவுப் பேணல் குறைகளைச் சொல்லி
சண்டையிட்டுக் கொள்ளத்தான்
நேரமிருக்கிறது அல்லவா!
☆

யார்கண்டது?
நாம் சேர்ந்து வாழ்ந்திருந்தால்
உன் மீதான ஈர்ப்பு குறைந்து போயிருக்கலாம்
நித்தம் சண்டை போட்டிருக்கலாம்
வெறுப்பில் ஒருவரையொருவர் தூற்றியிருக்கலாம்
இந்தக் காதல் அறவே அழிந்திருக்கலாம்
போதும், ஆளை விடு எனப் பிரிந்திருக்கலாம்
ம்ம்ம்
இப்படி எத்தனையோ லாம்களாகப் பட்டியலிட்டு
நிறைவேறாத ஏக்கத்தை
நடக்காத ஒன்றை வைத்துதான்
தேற்ற வேண்டியுள்ளது.
☆

உள்ளும் வர முடியாமலும்
புறமும் போக போக முடியாமலும்
ஏற்கனவே நிறைந்திருக்கும் கூட்டைச்
சுற்றி சுற்றி
சிறகு வலிக்க அலையும் பறவை
இந்த அன்பு.
☆

உன்னைத் தேடியுருகுவதைக்
குறைத்துக் கொள்கிறேன்
உன்னை இழந்து தவிப்பதை
தெரிவிக்காமல் இருக்கப் பழகுகிறேன்
நீ எனக்குத் தேவைப்படும் பொழுதுகளை
எப்படியேனும் பல்லைக் கடித்துக்கொண்டு
கடக்க முயல்கிறேன்
உன்னை அசௌகரியமாக உணரச் செய்த,
அன்பென்று நானளித்த
அத்தனை தொல்லைகளில் இருந்தும்
உன்னை விடுவிக்கிறேன்
நானுனக்கு வேண்டுமெனும் நாளில்
என்னிடம் வா
அதுவரைக்கும் இந்தக் காதலை
காதலாகவே வைத்திருக்கும் பொறுப்பை
நான் ஏற்கிறேன்.
☆

இதையெல்லாம்
பிரிவென்று எண்ணாதே
இன்னும்
இறுக்கமாகக் கட்டிக் கொள்வதற்குத்தான்
இந்தத் தளர்வு.
☆

சொல்லச் சொல்லக் கேட்காமல்
நான் உன்னிடம் நாடி வந்துவிடுவேன்
என்பதற்காக அல்ல.
உன் சொல்லுக்குக் கட்டுப்பட்டு
அப்படியே நின்றுவிடுவேனே!
அதனைப் பொறுக்கமாட்டாமல்தான்
அத்தனை செயலிகளிலும்
நீ என்னைத் தடை செய்தாய்.
☆

செயலியின்
உரையாடல் பெட்டியில் இருந்து
முதலில் வெளியேறுவதற்கே
அத்தனை தயங்குவேன்,
என்னைப் போய்
உறவின் பிரிவை
முதலில் அறிவிக்கப்
பணிக்கிறாய்.

அலைபேசிய பின்
"தொடர்பை நான்தான் துண்டிப்பேன்,
நீ முதலில் துண்டிக்கக்கூடாது" என்று
அடம்பிடித்த அதே நீயும்
இப்போதைய நீயும்
வேறு வேறானர்கள்.

இந்த உன்னிடம்
எதைச் சொல்லி
என்ன பயன்!
✩

"நான் பேசாவிட்டால் இந்த உலகமே நின்னுடுமா?"

"நிற்காதுடி,
அதன் போக்கில் சுழலும்.
அதுதான் என் வாதை.

நீ பேசாவிட்டால்
எனக்கு மட்டுமாவது
இந்த உலகம் மூர்ச்சையாகி
நின்று போக வேண்டும்.
ஒரு துளிக் காலமேனும்
அதற்குப் பின் இருக்கக் கூடாது."
☆

பாதைகளைப் பற்றி கவலையே படாமல்
உன் கரம் பற்றி
நீ சொல்லிய காதலில்
நீ செல்லும் திசையெல்லாம்
பின்தொடர்ந்து வந்ததுதான் பிழை,
இந்த அத்துவானத்தில் தனியாக
அம்போவென நிற்பேன் என

கனவிலும் நினைத்ததில்லை,
திரும்பிச் செல்லும்
பாதையின் திசையும் தெரியவில்லை
☆

நீ தவறாகப் புரிந்துகொண்டாயென
நான் விளக்கம் தரத் தொடங்கியபோதே
பாதி தோற்றுவிட்டேன்.
☆

இப்போது உன் அருகில் இருக்கவியலாது
இருக்கப் பிடிக்கவில்லை
இருக்கத் தோன்றவில்லை என
எதுவாகினும் சொல்லிவிடு
வலிக்கும்தான் எனக்கு
ஆனாலும் பரவாயில்லை.
உன் இருப்பில்
உன் நிஜ இருப்பின்
சுகந்தத்தைத் தேடித் தேடி ஏமாந்து
நானே உன் விருப்பமின்மையைக்
கண்டறிந்து உடைவதைக் காட்டிலும்
அது எவ்வளவோ பரவாயில்லைதானே!
☆

அதேயளவிலான அன்பைத்
திரும்பக் கொடுக்க முடியாவிட்டாலும் பரவாயில்லை,
நமக்காகவே இருக்கும் அன்பை
"உனக்காகத்தானே இருக்கிறேன்" என்று
நிரூபிக்கும் நிலைக்குள்
தள்ளிவிடாமல் இருந்தாலே போதும்.
☆

உன் செயலில்
உன் சொல்லில்
உன் சிரிப்பில்
உன் கண்ணில்
உன் தொடுதலில்
உன் அன்பில்
உண்டாகிவிட்ட குறைவுகள் யாவும்
உள்மனசுக்குத் தெரிந்துவிடுகிறது,
அடியாழத்தில் உணர்ந்துவிடுகிறது
அப்படியெல்லாம் இருக்காது என்ற
நம்பிக்கைகளைப் பிடித்தபடி
பிரியங்களின் பின்னோடும் மனத்தை
சொல்லித் தேற்றுதல் யாராலும் ஆகாது.

குத்திக் கிழிபட்டு
குற்றுயிராய் ஆன பிறகு
ஏந்திக் கொண்டு வந்து
அறுபடும் வலி சகித்து
வாழ்தலே பிறவி விதி.
☆

இன்றுன் வாழ்வில்
உபயோகமற்ற ஆறாம் விரலாகத்தான்
ஆகிப் போனேன்,
போதும். இனியும் பற்றாதே
என்னைப் போகவிடு என மன்றாடிக்
கொண்டிருப்பதெல்லாம் எதற்கு?
நான் போக விரும்புகிறேன் என்பதைத் தெரிவிக்கவா?
இல்லை தேவி!
நான் போனால்
உனக்கு அது
தெரியவே தெரியாமல் போய்விடும்
நீயென்னைத் தேடவே மாட்டாய்
எனும் உண்மையை
எனக்கு நானே மறைப்பதற்கு!
☆

நீ என்னைக் கைமறதியாக வைத்துவிட்டாய்
என்று நம்பித்தான்
உன் கண்ணில் மீண்டும் மீண்டும்
பட்டுக் கொண்டிருக்கிறேன்.

வேண்டுமென்றே தொலைக்க விரும்புவதை
அறிந்துகொள்ளும் ஆற்றலெல்லாம்
அன்பிற்கு இல்லை.
☆

மன்னித்தல் என்றைக்கும்
தன்னைப் பிரகனப்படுத்தாது,
எப்போது பகிரங்கமாக
உன்னை மன்னித்துவிட்டேனென
அறிவிக்கப்படுகிறதோ
அப்போதே பிரிவின் பாதையில்
கம்பளம் விரிக்கப்படுகிறது.

☆

எல்லாத் துயரிலும்
நீதான் இருக்கிறாயே என
உன் மடி தேடி வந்து படுத்துக்கொள்வேன்.
உன்னாலான ஒரு துயரை
உன்னிடம் மறைக்க முயன்று
அவிழ்ந்து அவிழ்ந்து விழும்
இந்த முகச் சிரிப்பை
எடுத்து எடுத்துப் பொருத்தி
என்னையே தேற்றிக் கொண்டிருக்கிறேன்.
"நான் நன்றாகத்தான் இருக்கிறேன்"

☆

உனக்காக இத்தனை உருகிப் போவேன் என்று
யார் சொல்லி இருந்தாலும் நம்பியிருக்க மாட்டேன்,
நீயின்றி இந்த நாட்களைக் கடத்தக்
கடினமாக இருக்குமென்று
நினைத்தே பார்த்ததில்லை
சாதாரணமாகத்தான் இருந்தாய்
சாதாரணமாகத்தான் பிரிந்தாய்
என்ன செய்வது
சாதாரணமாக உடனிருந்தவர்கள்தான்
அசாதாரண வெறுமையை உண்டாக்குகிறார்கள்,
சரிசெய்ய முடியாத பிரிவுகளில்தான்
பிரியங்களையே புரிய நேர்கிறது.
☆

நீ எனக்கு ஏன் வேண்டாம்
என்பதற்குப்
பக்கம் பக்கமாகக் காரணங்கள்
சொல்லிக் கொண்டிருக்கிறேன்.
வேலை மெனக்கெட்டுச் சொல்லிய-
அதில்தான் இருக்கிறது
நீ எவ்வளவு வேண்டும் என்பதும்
☆

இதனை அன்பென்று சொன்னபின் தான்
நீ பதட்டம் அடைந்தாய்,

இதனைக் காதலென்று சொன்னபின் தான்
நீ விலக்கம் கொள்ளத் தொடங்கினாய்

காலம் முழுக்க
சும்மாவே பேசிக் கொண்டிருக்க
சும்மாவே பொழுது போக்கிக்க
யாரால்தான் ஆகிறது?

அன்புபோல ஒன்றுதான் தேவை,
தவிர
அன்பு தேவையில்லை என்பது
மிகக் குழப்பமான உறவு.

போல ஒன்றைச் செய்வதற்கு
எனக்குத் தெரியவில்லை.
உனக்குப் புரிகிறது தானே!
✫

உன்னிடம் என் மொழிகளை
நான் கவனமாகக் கையாளும் நாளில்
உன்னை முத்தங்கொஞ்ச
நான் தயங்கும் நாளில்
உன்னைப் புணரக் கேட்பதற்கு
நான் தடுமாறும் நாளில்
இந்த உறவு முடிந்து போயிருக்கும்
☆

இந்த உறவிலாவது
அன்பைக் கொண்டு போய்க் கொட்ட வேண்டாம்
கொஞ்சம் தணிந்தே இருக்கிறேன்

இந்த உறவிலாவது
முக்கியத்துவங்களால் நிறைக்க வேண்டாம்
கொஞ்சம் பட்டும் படாமல் இருக்கிறேன்

இந்த உறவிலாவது
உள்ளங்கையில் தாங்கிக் கொள்ள வேண்டாம்
கொஞ்சம் அசட்டையாக இருக்கிறேன்

அத்தனை சுய நிபந்தனைகளுக்குப் பின்னும்
எதையும் காப்பாற்ற முடியாமல்
வழக்கம் போல நான்தான்
எல்லாவற்றையும் கெடுத்துக்
குட்டிச்சுவர் ஆக்கிவிடுகிறேன்.
எனக்கு இப்படித்தான் காதலிக்க வருகிறது.
☆

ஒரு கணம் தோன்றத்தான் செய்கிறது
காதல் காதலாகத் திரளாத காலத்தின் பூடகங்களுக்குள்ளாகவே
வாழும் மட்டும் இருந்திருக்கலாமோ என
ஒரு கணம் தோன்றத்தான் செய்கிறது
காதலைத் தெரிவிக்கும் வரை
இருந்த மன நிறைவுக்குள்ளாகவே
சஞ்சாரித்து முடிந்திருக்கலாமோ என
என்செய்வது?
பரிசுத்த காதலை
அறிவித்து தெரிவித்து புழங்கி
அதன் தூய்மையைக் கெடுத்தால்தான்
மனம் ஆறுகிறது.
☆

அவசரப்பட்டுக் காதலித்து விட்டாய்
என்ற உண்மையைப்
பொறுத்துக்கொள்ள மாட்டாமல்தானே,
வேறு வேறு காரணங்கள்
தேடிக் கொண்டிருக்கிறேன்
இப்பிரிவிற்கு.
☆

உன்னால் துயருற்றுவிட்டேன் என்பதை
உன்னிடம் தெரிவித்துவிட
நான் இன்னும்
எத்தனை வழிகளைத்தான் கையாள்வேன்
ஒரு வலி
நெஞ்சுக்கூட்டுக்கு மத்தியில்
பொக்கென வெற்றிடமாகத் திரண்டு
உடலெல்லாம் பரவி
உடலென்ற ஒன்று இருப்பதை
கனத்து உணர்த்துகிறது
நீ மனம் வாடி நிற்கும்போது
ஏதோவொன்று உன்னில் சரியில்லாதபோது
என் போலவே நீயும்
குறிப்புணர்ந்து கொள்வாய் என
என்னதான் நிச்சயம்?
எதற்கிதெல்லாம்?
"கண்டதையும் யோசிக்காதே
நான் இருக்கிறேன்" எனும்
பிடிமானச் சொற்கள் வேண்டித்தானே!
✩

இத்தனை தொலைவு வந்த பிறகு
நமக்குள் ஏன் ஒத்துவராதென
ஒப்பித்துக் கொண்டிருக்கிறாய்.
எல்லாவற்றையும் ஆமோதிக்கிறேன்.
காதல் கூடிய என்னைக் கைவிடுதல்
இவ்வளவு சுலபமென
நீயே நினைத்திருக்க மாட்டாய்.
காதல் கூடியவர்களைக் கைவிடுதல்
எந்நாளும் எல்லோருக்கும்
வெகு சுலபம்தான்.
உதறிய கைகளைப்
பற்றிக் கொள்ளப்
பதறும் மனம்தானே இது.
☆

இக்கணமே இறந்துவிடத் தோன்றும்
ஒரு காதலுக்குள் இருந்துவிட்டோம்
இனி நாம்
உயிரோடிருந்து
இக்காதலைக் கொன்று போடப் போகிறோம்.
வேறு வழியில்லை
நாம் வாழ இக்காதலை
பலிபீடத்தில் நிறுத்திதான் ஆகவேண்டும்
☆

எனைத் தேற்றும் சொற்கள்
யாரிடமும் இல்லாதபோது
கலங்கி நின்று எதுவும்
ஆகப்போவதில்லைதானே சகி!
☆

இறுதிக் கட்டத்தை எட்டிவிட்டோம்.
இதோ இப்போது
உன்னைச் சந்தித்து எல்லாவற்றையும்
விலாவாரியாகப் பேசிவிட்டால்,
இவ்வுறவு ஒரு முடிவுக்கு வந்துவிடும்.
ஆனாலும் வேண்டாம்
கடைசிச் சந்திப்பை நிகழ்த்தாமலே
நாம் பிரிந்துவிடுவோம்.
முடிவுறாத ஒரு கவிதையாக
இறுதிப் பக்கம் கிழிக்கப்பட்ட புதினமாக
மனதைத் தொந்தரவு செய்யும் குறைபட்ட காதலாக
இருந்துவிட்டுப் போகட்டும் இது.

நிறைவில் அதற்கு மேல் ஒன்றுமில்லை.
குறைவில் இன்னும் இட்டு நிரப்பவென
புதிது புதிதாக
ஏதேனும் கிடைத்துக்கொண்டே இருக்கும்.
☆

கூட்டத்தில் கைநழுவிய குழந்தை
அண்ணாந்து அண்ணாந்து
தேடிப் பரிதவிப்பதெல்லாம்
ஏதோர் முகத்தையும்
ஏதோர் கரத்தையுமா தேவி?
இந்த அன்பு
உன்
மடியில் கிடந்து
மடிந்து போகப் பிறந்தது.
☆

மரணத்தில் கடைசி நினைவென
நீதான் வந்தாடப் போகிறாய்,
இறுதி மூச்சு

உன் பெயரை உச்சரித்துதான்
முடியப் போகிறது.

வந்தவர்கள் அனைவரும்
என்னையும் இப்படிக் காதலிப்பாயா
எனக் கேட்டு
உன்னிலிருந்து என்னைக்
காப்பாற்ற முடியாதெனத் தெரிந்த பிறகே
கைவிட்டார்கள்.

நான் ஸ்பரிசித்திருக்கக் கூடாத அன்பு உனது
நீ காதலித்திருக்கக் கூடாத ஆன்மா நான்.
☆

ஏன், என்ன நேர்ந்தாலும் எப்போதும் எனக்காக
இருப்பதாகச் சொல்கிறாய்?

உன்னைப் பிரிவதற்கு அஞ்சுகிறேன்,
உன் பிரிவை பிரிவென்று நம்ப அஞ்சுகிறேன்,
பிரிவை அறிவிக்கும் உன் சொற்களுக்கு அஞ்சுகிறேன்,
எல்லாம் அதனதன் இடத்தில்
அப்படியே இருக்கிறதென நம்பிக் கொள்வதில்
ஒரு நிம்மதி

நீ போ
பிரிவைச் சொல்லாமல்.
என்ன நேர்ந்திடினும் உனக்காக இருக்கிறேன்
இருந்துகொண்டே இருக்கிறேன்
இது பிரிவென்றே அறியாமல்.
☆

ஏனிந்தக் காதல்?
ஏனிந்தப் பிரிவு?
ஏனிந்தக் கண்ணீர்?

எல்லாம்
ஒரு மனத்துள்
மறக்காது நின்றுவிடத்தான்.

ஒரு மனத்தை
நிரந்தரமாக
நினைவில் நிறுத்தத்தான்.
☆

அழைக்கவே கூடாதென
அழித்துவிட்ட சொற்ப நேரத்தில்,
சரி, அழைக்கமாட்டேன்
எண்ணாகவேணும் இரு என
மீண்டும் சேமிக்கப்படும் பெயர் உனது.

அத்தனை காயங்களுக்குக் காரணமான பின்னும்
மீண்டும் மீண்டும் துளிர்க்கும் அன்பை
அனுமதித்துக் கொண்டே இருப்பாய்.
அதன்றி
பிறவியின் பயனென்பவ வேறென்ன!

☆

அடைகாத்ததில்
ஒரு முட்டை குறைந்தாலும்
சிறகடித்து பதைப்பைச் சொல்லும்
ஒரு பறவை.

உன் சொற்களில்
முன்பு இருந்து
இன்று இல்லாது போன ஒன்றைத்
தேடித் தேடித் தோற்று வீழும்
ஒரு ஆன்மா.

ஏன் அழுகிறேன் என்ற காரணம்
உனக்குப் புரியாது.

வேண்டாமென்ற பிறகு
காதலை நிறுத்திக்கொள்ளத் தெரியவில்லை
இனி
அதோ அந்த தூரத்து விண்மீன்
அதுதான் நீ எனக்கு,
இந்த மின்னுதல்
எந்த வெளிச்சத்தையும் தராதுதான்.
தனிமையில் அண்ணாந்து பார்க்க
ஒரு வெள்ளி இருந்தால் போதாதா?
☆

பழைய உன்னைத்தான் எனக்குத் தெரியும்
புதிய உனக்கு எதுவெல்லாம் பிடித்தது
எதுவெல்லாம் பிடிக்காமல் போனதெனத் தெரியாது,
புதிய உன்னிடம் எப்படிப் பேசுவதென்று தெரியாது,
பழைய உன்னிடம் பேசுவது போல
புதிய உன்னிடம் பேசலாமா என்றும் தெரியாது.
பழைய உன்னின் பாதங்களை ஏற்றி
நெஞ்சில் வைத்துக் கொள்ள முடிந்த என்னால்
புதிய உன்னிடம்
தன்மானத்தின் தயக்கங்கள் அதிகம் கொண்டு
பின்வாங்குகிறேன்
மீட்டுக் கொணர முடியாத ஆழமாக
இந்தக் காலத்தில் உன்னை நான் தொலைத்துவிட்டேன்.
கிட்ட இருந்தும்
என் கையை எட்டிப் பிடிக்க முடியாத தூரத்திற்கு நீயும் சென்றுவிட்டாய்.
அன்று உயிரிழைந்த உன்னை
இன்று, 'டி' என்றழைத்ததற்கு
மன்னிப்பே கேட்கத் தோன்றுகிறது.
நாம் நம்மை இனி கண்டுகொள்ளவே முடியாது தேவி!
✩

அதெப்படி
ஒரு வினாடியில்
ஒளியாண்டு தொலைவு
ஏற்பட்டு விடுகிறது

அதெப்படி
ஒரு வினாடியில்
சொந்த நிலம்
அந்நியமாகி விடுகிறது

அதெப்படி
ஒரு வினாடியில்
எல்லா உரிமைகளும்
பறிபோய் விடுகின்றன

இழைந்து இழைந்து உண்டாக்கிய உறவு,
பார்த்துப் பார்த்துக்
கண்ணில் வைத்துக் கட்டிய காதல்,
எல்லாம் எல்லாம்
இறுதியில் இப்படி
இருதயம் கிழிபட்டு நிற்கத்தானா?
☆

எது அன்பு!
உன்னருகில் இருப்பதா?
உன்னை விட்டு தொலைதூரம் சென்றுவிடுவதா?

எது அன்பு!
உன்னை விட்டுக் கொடுப்பதா?
உன்னைப் பற்றிக் கொள்வதா?

எது அன்பு!
என் காதலைப் புரிந்துகொள் என்பதா?
புரியாமலே போகட்டும் என்பதா?

எது அன்பு!
இத்தனை அன்பைக் கொட்டுவதா?
இத்தனை அன்பிற்கு நீ மிரள்வாய் என்று தவிர்ப்பதா?

இரண்டு பக்கங்களின் நியாயங்களையும்
பற்றிக்கொண்டு
உனக்கெனத் துயருறத் துணிவதுதான்
இறுதியில் அன்பென்று ஆகிவிடுகிறதடி.
☆

நாம் இருவரும்
இந்த ஒரு நாளை
மறந்து விடுவோமா?

இந்த ஒரு நாள்
நம் வாழ்வில் வரவே இல்லை
எனக் கொள்வோமா?

இந்த ஒரு நாளினை
இல்லாமலாக்கும் சக்தி கிடைத்தால்
நாம் எப்போதும் போலவே
இருப்போம்தானே!
☆

தெரியும்
ஒரு தனிமையில் இருந்து காப்பாற்றி
இன்னொரு தனிமைக்குள்
இடம் மாற்றி விடுகிறாய்.
அவ்வளவுதானே!
சரி சம்மதிக்கிறேன்.
☆

உன் ஊர்ப் பெயர் தாங்கிய பேருந்துப் பலகைகளை
இரண்டாவது முறை திரும்பிப் பார்த்து
சினேகமாய்ப் புன்னகைத்துக் கொள்கிறேன்.

நீ சரளமாய்ப் புழங்கும்
உன் வட்டாரவழக்கு மொழியின்
பிரத்யேகச் சொற்கள்
எங்கு ஒலித்தாலும்
உன் குரலிலேயே கேட்கிறேன்

எங்கோ எவரோ
உன் பெயரைச் சொல்லியழைத்தால்
எனை மீறித் திரும்பிப் பார்த்துவிடுகிறேன்

புதியதாய் ஒருத்தியை அணைக்கையில்
முதுகில் தானாய்
மச்சத் தடத்தைத் தேடுகிறேன்

முத்தமிட்டு
வருடித் தந்த காயத் தழும்பை
காணாமல் தவிக்கிறேன்

புது மார்புக்காம்பின்
அகலவிட்ட அளவு பொருந்தாமல்
எரிந்த காமம் அணைகிறேன்

காதலுக்குள் இருந்தபோது கூட
இத்தனை காதல் எழவில்லை கண்மணி,
இறுதியில்தான் கிட்டியது ஞானம்,
நினைந்துழல்வதே
காதலை சாலப் பரிந்தூட்டும்.
☆

நீ என்னை எப்படியெல்லாம் காதலித்தாய்,
எதனாலெல்லாம் உன்னை விட்டு என்னால் மீள
முடியவில்லையென
அடுக்கிக் கொண்டிருக்கிறேன்.
எல்லாம் கேட்டுவிட்டு
"சரி, இப்ப நான் என்ன செய்யணும்?" என்கிறாய்
சரிதான்.
உன்னால் என்னதான் செய்ய முடியும்?
நீயும் என்னதான் செய்வாய்?
இறந்த உடலை
உயிரோடு இருக்கிறதென
நம்பிச் சுமப்பவர்கள்தானே
நல்லடக்கம் செய்யவேண்டும்.
☆

சொர்க்கம் என்னவாகவும் –
இருந்துவிட்டுப் போகட்டும்.
எல்லா பக்குவங்களையும் உதிர்த்துவிட்டு,
கிடந்து தேம்ப
ஒரு மடியில்லாத வாழ்வு
சர்வநிச்சயமாக நரகம்.

☆

இவ்வன்பை
உன்னிடம் தந்துவிட –
முடியாமல் போனதற்காக
இவ்வன்பிற்குள்
உன்னை சொகுசாக இருத்திக்கொள்ள –
முடியாமல் போனதற்காக
இவ்வன்பின் பொருட்டு
உன்னை நன்றாகப் பார்த்துக்கொள்ள
முடியாமல் போனதற்காக
நான் வருந்தியுழலும் நிலைதான்
கடைசியில் காதலா?

☆

உடனிருக்கும்போது
உன்
அத்தனை அன்பிற்கு
அப்படி நான் என்ன செய்துவிட்டேன்
என்பதையும்
இன்று
இத்தனை வெறுப்பிற்கு
அப்படி நான் என்ன செய்துவிட்டேன்
என்பதையும்
கடைசி வரைக்கும் கண்டறிய முடியாமலே
காலத்தைக் கழிக்கப் போகிறேன்.
☆

போதும், இதனை முடித்துக் கொள்வோம்
என்று சொல்வதெல்லாம்
முடித்துக் கொள்வதற்காகவா?
போய்விடுகிறேன்
என்று சொல்வதெல்லாம்
நிஜமாகவே போய்விடத்தானா?
எதுவாகினும்
நாம் பேசி சரி செய்து கொள்ளலாம்,
போகாதே,
கைகளுக்குள் இரு.
அதுதான் காதல்.
அதை விடுத்து
போய்தான் ஆக வேண்டுமென்றால்
போ என்று கைவிட
உன்னால் எப்படி ஆகிறது?
என் பொய் பிடிவாதங்களைக் கூட
அறிய முடியாத அளவிற்கு
அந்நியம் ஆகிவிட்ட உன்னிடம்
அழுதென்ன லாபம்!
☆

தெரியுமா மாயா?
அன்பினாலான
சகல பைத்தியக்காரத்தனங்களையும்
வாரியணைத்துக் கொள்வது காதல்.
காதலற்ற இடமெனத் தெரிந்த பின்
இதுவரையிலான இந்த அன்பும்
இந்தப் பைத்தியமும்
கேலியாகப் பார்க்கப்பட்டிருக்கும் சாத்தியங்களை
நினைத்து நினைத்துதானே
திணறினேன்?
உன்னிடம் இப்போது வந்து நிற்பது
காதலுக்காக இல்லை மாயா,
என் அன்பைக் கண்டு
நீ நகைக்கவில்லைதானே!
☆

இதுதான் உன் எல்லையென்று
நிறுவியதில் ஒன்றும் குற்றமில்லை.
கொஞ்சம் முன்னமே சொல்லியிருக்கலாம்.
என் தூரத்தை நானே வகுத்திருப்பேன்!
☆

வாழ்வில் ஏற்பட்ட
ஒரு கசப்பை
ஒரு தோல்வியை
ஒரு தனிமையை
உன்னிடம் சொல்கிறேன்.
சொல்லி முடித்து,
நீ ஏதும் வருத்தம் கொள்ளாதே
நான் நன்றாகத்தான் இருக்கிறேன்.
என
நீ வருந்துவதற்கு முன்னமே
என் நலன் உரைத்து விடுகிறேன்.
எனக்காக நீ வருந்துவாய் என்ற
நம்பிக்கையைப் பற்றிக்கொண்டு
இன்னும் எத்தனை காலமெனினும்
வாழ்ந்துவிடுவேன்.
வாழ வேண்டுமல்லவா!
☆

முன்னெப்போதோ உன் மீது முகிழ்த்த காதலை,
வீம்பாக இன்றைக்கும்
சுமந்தலைவதுதான்
என் எல்லாக் கசப்புகளுக்கும் காரணம்.
☆

எல்லோரும் முதலில்
நேரமில்லை என்றுதான்
பேச்சைத் தவிர்க்கிறார்கள்,
பிறகு
நேரம் வாய்த்தாலும்
பேசத் தோன்றாத நிலைக்குப்
போய்விடுகிறார்கள்.

பரவாயில்லை
உன் வேலையைக் கவனி என்பது
கசப்பை வெளிக்காட்டாமல்
பிரியமாக நீட்டிய கைகளை
பின்வாங்கிக் கொள்வது.

பரவாயில்லை
நேரமிருக்கும்போது பேசு என்பது
ஒரு நொடி கூடவா இல்லாமல்
உன் நினைவில் இருந்து
வெளியேறி விட்டேன் என நொந்துகொள்வது

பரவாயில்லை
நான் நன்றாகத்தான் இருக்கிறேன் என்பது
ஒரு பிரிவை பிரிவென்றே அறியாதவாறு
உனக்கு இலகுவாக்கித் தருவது.
☆

உன் மீது அன்பாக இருக்கிறேன்
எனத் திறமையாக பாசாங்கு செய்து
ஒருவரை ஏமாற்றிவிட முடியும்.

அன்பிற்குத் தவித்த மனம் அத்தனையும்
ஏமாறத் தயாராகவே இருப்பவைதான்.
ஏய்க்கிறாய்.
எல்லாம் தெரிந்தும்
போலியாகவேனும் எனக்கொரு அன்பு தேவைப்பட்டதென
தலை மீது கை வைத்து மன்னித்துச் செல்லும் இதயத்திற்கு முன்
நீ என்னவாக இருப்பாய்?
☆

உன் காதலை
இன்னும் கொஞ்சம் நான் மரியாதை செய்திருக்கலாம்
என்று காலம் கடந்து வந்து
சொல்பவள்தான் உணர்த்துகிறாள்
"வைத்த அன்பு என்றும் பொய்த்துப் போவதே இல்லை"

ஒரு நிம்மதி
இந்தக் காதலில் நான் சரியாகத்தான் இருந்திருக்கிறேன்.
அதைத் தந்ததற்கு
நான் உன்னை இன்னுமின்னும் காதலிப்பேன்.
☆

காதல் என்ப
ஓர் அலைவரிசையின் மின்சார இழையில்
இருவர் எண்ணங்களும்
ஒன்றுபட்டு ஒரே போலப் பயணிப்பது,

எங்கேனும் இந்தச் சரடில் இருந்து
சற்றுப் பிசகி விலகிச் சென்றுவிட்டால்,
கண்ணுக்குத் தெரிந்த ஒரே இழை
பல்லாயிரமாகப் பெருகி
மீண்டும் அதே அலைவரிசையைக்
கண்டுபிடிக்கவே முடியாது போகும்.

தொடக்கத்தைப் போல முடிவும் உண்டு என்பதை
நம்மால் ஏற்றுக்கொள்ள முடியவில்லை.

ஒன்றும் நேர்ந்துவிடவில்லை,
எதுவும் மாறிவிடவில்லை,
இன்றும் அதேபோலத்தான் இருக்கிறோம்
என்று காட்டிக்கொள்ளும் முயற்சிகளில்தான்
எல்லாக் காயங்களுக்கும் ஆளாகிறோம்.

☆

உயிரையே தந்தாலும்
நிரூபிக்க முடியாது,
புரிந்துகொள்ளுதல் மட்டும்தான்
காதலின் ஒரே பாதை.
புரிந்துகொள் புரிந்துகொள் என
இரைஞ்சிக் கொண்டிருப்பதெல்லாம்
நிரூபிக்க ஆகாமல்தான்.
☆

நீயாகவே இக்காதலை
முறித்துக்கொண்ட பின்,
உனக்குத் தந்த வாக்குறுதிகளைக்
காப்பாற்றும் பொறுப்பில் இருந்து
விடுபட்டு இலகுவாகிவிட்டேன்.
அதற்கு நன்றி.
☆

உன்னால் நான் அடையும் காயங்கள்
குறையக் குறைய
நான் ஏன் இத்தனை பதற்றமாகிறேன்!
நீ என்னிலிருந்து மறந்து போகாதே
Please!
☆

உள்ளுணர்வு சரியாகத்தான் சொல்கிறது
சரியாகத்தான் எச்சரிக்கிறது
நீதான் அதன்
சொல்பேச்சுக் கேளாமல்
தேடித் தேடித் துன்புற்று வருவதை
வாடிக்கையாக வைத்திருக்கிறாய்.
☆

இழப்பல்ல,
இழப்பில் கட்டியழ
இழப்பின் சோகத்தைச் சொல்ல
இழப்பைப் புரிந்துகொள்ள
உடன் யாருமே
இல்லாதிருப்பதுதான் பெருவலி.
☆

ஒரு துயரிலிருந்து வெளியேற
முதலில்
துயர்பட்ட இடத்திலிருந்து
வெளியேறு.

துயரைக் கண்டவர்களின்
கண்களுக்கு அகப்படாத தூரத்திற்கு
அப்பால் இருக்கிறது
விடுதலையின் வாசல்.
☆

வயதேறுவதைப் பற்றிய
வருத்தங்கள் எல்லாம்
வாழ்வின் அந்தந்தப் பருவங்களை
சரிவர வாழாமல் விட்டவர்களுக்கே வருகிறது.
☆

அன்பென்பது சொகுசு வீடு.
சொகுசு என்பதற்காக
சதா சர்வகாலமும் வீட்டிற்குள்ளேயே இருக்கப் பணிப்பது
இரக்கமற்ற வன்முறை.
அன்பு எல்லா நேரமும் ஒருவருக்குத்
தேவைப்பட்டுக் கொண்டிருப்பதில்லை.
தேவைப்படாத நேரத்தில் சென்று நின்று
ஓ! இது புறக்கணிப்பென வலி தாங்கித் திரும்பும்
வாடிக்கையை விட்டொழி.
☆

நாம் பெரும்பாலும்
காயப்படுத்திவிட்ட குற்றவுணர்சியில் இருந்து தப்பிக்க
அதனைக் காதலென்று
மடைமாற்றிக் கொள்கிறோம்.
☆

தினம் தினம் ஏன்
சும்மா சும்மா சுயமிகளாக எடுத்து
அனுப்பிக் கொண்டே இருக்கிறாய் என
அவன் கோபம் கொண்டதும்
விக்கித்துப் போய்விட்டாள்.

"ரெண்டு காரணம்" என்றாள்
"என்ன?" எரிச்சலோடே கேட்டான்
"நீ என்னை மறந்துடக் கூடாதுன்னு"

அதே எரிச்சலில், "இன்னொன்னு என்ன?"
"உனக்கு என்னைத் தேடுமென்று நினைத்தேன்
அவ்வளவு தேடாதே
எப்போதும் இங்குதான் இருக்கிறேன்
இங்குதான் இருப்பேன் என்று சொல்ல."
☆

பெண்காதல் என்ப,
பழைய நீதான் வேணும்
பழைய உன்னை ஏன் என்னிடம்
அழைத்து வர மறுக்கிறாய் எனப் புதிய அவனின்
சட்டை பிடித்து அழுது கொண்டிருப்பது.

ஒரு கணமேனும்
பழைய அவனைப் பார்த்துவிடும்
போலி நம்பிக்கைகளின்
கைப்பிடித்துக் காத்திருப்பது

அந்த அவன் இனி
திரும்பவே மாட்டானெனத் தெரிந்த நாளில்
பகிர முடியாத காதலைத் தூக்கிக்கொண்டு
சொல்லிக்கொள்ளாமல் வெளியேறுவது.
☆

நாம் கலங்கிடவே கூடாதென யார் நினைக்கிறார்களோ அவர்களிடம் தான் அடிக்கடி போய் நின்று அழுது கொண்டிருக்கத் தோன்றும்.
பார், நான் வருந்துகிறேன் என்று அவர்களை வருத்திப் பார்ப்பதில் குரூர திருப்தி இருக்கிறது, தேற்றச் சொல்லி மடிபுகும் தீராத அன்பின் ஏக்கம் இருக்கிறது. நம் கண்ணீருக்காக வருந்தும் ஒரு மனம்தான் மொத்தச் சிரிப்பின் ஆதாரமே!

☆

பிரிவு ஏமாற்றத்தை எல்லாம் சாதாரணமாகக் கேலி செய்யும் எவரும், பிரியமானவர்களின் சிறிய குரல் தொனி மாற்றத்தைக் கூட தாங்கிக்கொள்ள இயலாதவர்கள்தான். அதன் அந்நியத்தன்மைக்கு உயிர் பதறுபவர்கள்தான்.

☆

வாழ்விற்குள் யார் வந்தாலும் யார் சென்றாலும் நினைவில்
கொள்ள வேண்டியது ஒன்றே ஒன்றைத்தான்,
நம்மிடம் வந்து நம்மை வேண்டாமெனத் திரும்பிச்
செல்பவர்கள் நம் வாழ்க்கைக்கானவர்கள் அல்ல. அவர்கள்
நம்மிடம் வந்ததற்கும் செல்வதற்கும் நாம் எந்த வகையிலும்
காரணமும் அல்ல.
நாம் நம் மீது என்ன பிழையென ஆராய்ச்சி செய்வது
நேரவிரயம்.
எப்போதும் போலிரு
அதுவே நீ.
☆

எவரையும் தக்க வைப்பதற்கு
என் இயல்பினில் இருந்து
என்னை மாற்றிக் கொள்ளத் தெரியாது,

எனக்கு ஒவ்வாதவற்றை
எவர் பொருட்டும் ஏற்றுக்கொண்டதில்லை,

எனக்கு வேண்டியவற்றை
எவர் பொருட்டும் கைவிட்டதில்லை,

பொருந்தாதோர் யாவரும்
தாமாகவே விலகிக் கொள்வதுதான்
நான் நானாக இருப்பதன்
பெரும் நிம்மதி.
☆

வாழ்க்கை ரொம்பச் சிறியது என்பது
பாதி வாழ்வை வாழ்ந்து முடித்த பிறகுதான்
புத்திக்கு உறைக்கும்.
அதன் பிறகே வாழ்வின் அழகும்
வாழ்வதன் வசீகரமும் புரியும்
☆

அத்தனை கோபங்களுக்குப் பின்
எனக்கிருக்கும் கடைசிச் சமாதானம்.
"பாவம் நீயும் என்னதான் செய்வாய்?"
☆

ஏடி.
எல்லாத் திசைகளிலும் நீயே நிறைந்திருக்கிறாய். வெட்டவெளியாக காற்றாக ஒளியாக ஆகாயமாக நீயே சுற்றிச் சுற்றிக் கூத்தாடுகிறாய். இங்கிருந்துதான் உன் இன்மை உணர்கிறேன். இங்கிருந்துதான் நான் உன்னைத் தேடத் தொடங்குகிறேன். இங்கிருந்துதான் உன்னிடம் வந்துவிடத் துடிக்கிறேன். எல்லாம் எனக்கு மட்டுமே தோன்றும் எண்ணங்கள்தானா? உனக்கு என் மீது என்ன அபிப்ராயம் இருக்குமென ஒருகணம் பின்வாங்கினேன். இல்லை. நிச்சயமாகத் தெரியும், நீ என்னைக் காதலிக்கிறாய்.
நான் உன் கருவிழிக்குள் கண்டிருக்கிறேன். குரலின் ஏற்ற இறங்களுக்குள் கண்டிருக்கிறேன். உன் ஆன்மாவின் மையத்தில் என்னை அனுமதித்தபோது கண்டிருக்கிறேன். உன்னொரு துயரத்தில் சிகை கோதியபோது சிக்கெனப் பிடித்த விரல்களின் அழுத்தத்தில் கண்டிருக்கிறேன். நீ என்னைக் காதலித்தாய். நீ என்னைக் கட்டிக்கொள்ள நினைத்தாய். என்னில் வந்து புதைந்து போக நினைத்த உன் உடலை உணர்ந்து இருக்கிறேன். தெரியும், நீ என்னைக் காதலித்தாய்.
சிறுபொழுதே ஆனாலும் அக்காதல் நிஜம்.
கூடவே இன்னொன்றும் தெரியும். இந்தக் காதல் உன்னில் ஒரு நீர்க்குமிழியைப் போல எளிதில் மென்துகள்களாக சிதறிப் போய்விடவும் கூடும். அவ்வளவுதான் அதன் ஆயுள். வேண்டாம், வேண்டாம், அப்படி ஆகக்கூடாதென நீர்க்குமிழியைப் பனி செய்து கண்ணாடித் திண்மமாக்கி வைத்திருக்கிறேன். மிகப் பத்திரமாக.

மருளாதே!
உன்னிடம் நான் கண்ட காதலை இன்றும்
அதே காதல் அப்படியே இருக்குமென நம்பிக் கொண்டிருக்க
மாட்டேன். நம்பி உன்னிடம் வந்து உன்னை தர்மசிரமத்திற்குள்
நிறுத்த மாட்டேன். என்னைப் போல் நீயும் இக்காதலை
சுமக்க வேண்டிய கட்டாயம் இல்லை. நீ சுதந்திரமாயிரு.
இதுவரையிலான வாழ்வு
சக்தி உன் காதலின் அருளை தரிசிக்கத்தான்
எனில்,
இதற்குப் பின்னான வாழ்வு
நீ அருளத் தந்த காதலை
பிறவி முழுக்க
பாதுகாப்பாக வைத்துக்கொள்ள.

☆

இந்தக் காதலை நீ வேண்டாமென்ற பின்பு
எனக்கும் வேண்டாமெனத் தூக்கி எறிந்துவிட்டு
உன் மீது காதலே இல்லை
உன் மறுப்பில் நான் மனம் கோணவில்லை
என
உன்னை சொகுசுபடுத்திக் கொண்டிருப்பேன்.
என்னிடமிருந்து உன்னை விலக்கி வைக்கும்
எதற்கும் இங்கு இடமில்லை
எதுவாகினும் இழப்பேன்,
அது காதலாகவே இருப்பினும்.
☆

நீ என்னை வசந்தம் செய்தாய்
நீதான் என்னை சிறப்பாக உணரச் செய்தாய்
நீ தந்த காதல் நான் முன்னம் அறியாதது
நீ தந்த முக்கியத்துவம் நான் இதுகாறும் பெறாதது
உன் போலொருத்தியைக் காதலித்தேன் என்பதே
நான் பெற்ற பேறு.

இப்போதுன்னை
வழியனுப்பி வைத்தாக வேண்டிய காலம்.
சிறிய உறுத்தல்கள் கூட இல்லாமல்
குழந்தையின் கைகளில் இருந்து
விரல்களை விடுவிக்கும் பாங்கில்
மெதுமெதுவாக உன் கைகளை விட்டுக் கொண்டிருக்கிறேன்.
தொடர்புகொள்ளத் தவிக்கும் எண்ணத் தீவிரத்தைத்
ஆனமட்டும் தடுத்து நிறுத்துகிறேன்,
ஒரு Miss You விற்கு ஓடி வந்துவிடும் உன்னிடம்
உன்னை இழந்து தவிப்பதை மறைக்கிறேன்,
நம் இடைவெளியைக் கூட்டுகிறேன்.

இது விடுபடல் என்பதே தெரியாமல்
என் கைகளில் இருந்து ஒருநாள்
வெகுதூரம் சென்றிருப்பாய்
நீ திரும்பி வந்தால்
நான் இருப்பேன் என்ற நிம்மதியோடு
மனம் நிறைந்து வாழ்வாய்
உன் நிறைவில் நிறைந்து பிரார்த்திப்பேன்.
எந்நாளும் நலமே சூழ வாழடி.
நான் உன்னைக் காதலிக்கிறேன்
காதலித்துக் கொண்டுதான் இருக்கிறேன்.
ஐ லவ் யூ.
☆

என்றோ அன்பாயிருந்தேன்,
என்றோ ஆறுதலாயிருந்தேன்,
என்றோ உன் கண்ணீர் துடைத்தேன்,
அதற்கான மரியாதையை
இன்னும் எத்தனை காலத்திற்குத்தான்
உன்னிடமிருந்து பெற்றுக் கொண்டிருக்க முடியும்?
நானுன் வலிமிகு காலங்களின் நினைவு
என்னை நினைத்தால்
உன் வலிகளும் சேர்ந்தேதான் நினைவு வரும்.
ஒன்றும் குற்றமில்லை
நீ என்னை மறந்து போவதுதான்
இனிய முடிவு.
☆

இனிப்புச் சேர்ப்பவர்கள்
காபி குடிப்பதாகச்
சொல்லிக் கொள்ளாதீர்கள்
காபி என்பது
கசப்பின் ருசி.
காபி என்பது
ஒரு மிடறில்
உள்நாக்கில் கவியும் ப்ரிய நினைவு.
☆

இழந்தவை பெற்றவை
வந்தவர்கள் சென்றவர்கள் என
எது இன்றியும்
யார் இன்றியும்
நம்மால் வாழ்ந்துவிட முடியும் என்பதைத்தான்
கற்றுக் கொடுக்க வாழ்வு
முயற்சித்துக் கொண்டே இருக்கிறது.
கற்றுக்கொள்ளப் பிடிவாதமாகக்
கடைசி வரைக்கும்
மறுத்துக் கொண்டே இருக்கிறோம்.
☆

என்ன பெரிய அன்பு,
பசிக்கவில்லை எனச் சொல்லும்
பொய்களைப் புரிந்துகொண்டு
பசியாற்றும் கரங்களாக
இருந்தால் போதாதா!
☆

விலகுதலின் வசீகரம்:

காதலுக்குள் நூறு சதவிகித முக்கியத்துவம் என்றொன்று இல்லை. ஒரு மெல்லிய புறக்கணிப்பு இருந்துகொண்டே இருக்கிறது. இருவருக்கும் ஒரே சமயத்தில் காதல் அதன் ரசத்தை இழப்பதில்லை. ஒருவர் விலக விரும்புகிறார் என்று தெரிந்ததும் இதுவரைக்கும் இல்லாத அளவிற்கு அவர் மீது அன்பு பெருக்கெடுக்கும். மெல்லிய புறக்கணிப்பு மறைந்து நூறு சதவிகித முக்கியத்துவமாக உருமாறும். அது அன்பல்ல, இழக்கப்போகும் ஒன்றின் மீது ஏற்படும் கவர்ச்சி. இந்தக் கவர்ச்சியை பெருங்காதலென்று நம்பிக் கொள்ளாதீர்கள்.

☆

முடிவை அனுமதித்தல்:

எல்லா உறவும் அதுவாகவே முடிந்து போகும். நாம் அதனை முடிவடைய அனுமதித்தால் மட்டும் போதும். முடிவடைய அனுமதிப்பதால் நான் உன்னைக் கைவிடுகிறேன் என்று பொருளல்ல. நீ என்னைக் கைவிடுகிறாய் என்று பொருளல்ல. அப்படி நினைத்து நினைத்துதான் என் தரப்பில் இருந்து இது முடிவடைந்ததாக இருக்கக் கூடாதென எதிர்தரப்பை எதிர்பார்த்துக் காத்திருக்கிறோம். இறுதிவரை உடனிருப்பேன் எனக் கொடுத்த வாக்குறுதிகள் எல்லாம் நம்மைப் பொய்யர்கள் ஆக்கிவிடுமே என அஞ்சிக் காத்திருக்கிறோம்.

எதிர் தரப்பிலோ நீ கொடுத்த வாக்கை எல்லாம் பொய்யாக்கி என்னை ஏமாற்றிப் போ எனக் காத்திருக்கிறார்கள். இந்த இரண்டு எதிர்நிலை குணங்களும் ஒன்றுடன் ஒன்று மோதி சண்டையிட்டு மாற்றி மாற்றிப் பழி சொல்லி இந்த உறவை அழித்தொழித்த பிறகுதான் ஓயும். அதல்லாது உறவானது சிறுவலியோ கசப்போ இன்றி காலநீர்மையில் மணிமுத்தாகிச் சேகரமாகும் பாக்கியம் எல்லாம் உறவின் முடிவை அனுமதிக்கத் தெரிந்த வெகு சிலருக்கே வாயக்கிறது.

☆

நீ என்னைத் தேடவில்லை என்றதும்
இந்த அன்பின் மதிப்பற்ற நிலைக்கு வாடினேன்,
எதற்கும் பொருளில்லை என்று பிதற்றினேன்

நீ இப்போது என்னைத் தேடுகிறாய்,
தேடித் தவிப்பதைத்
தாங்க முடியவில்லை என்கிறாய்.

இல்லை
உனக்கிது வேண்டாம்
என்னோடு போகட்டும் எல்லாம்
இதன் வலி எனக்குத் தெரியும்
இதன் நிம்மதியின்மை எனக்குத் தெரியும்
அதற்குள் நீ இருக்காதே
இந்த அன்பு மதிப்பற்றதாகவே
இருந்துவிட்டுப் போகட்டும்
எனக்குச் சம்மதம்.
☆

ஒரு பிரிவிற்குப் பிறகு
நாம் மீண்டும் இணைந்தோம்,
அடுத்தடுத்த பிரிவுகளில்
முதல் பிரிவின்
தாளமாட்டா வருத்தங்களை
வடிகட்டிக் கொண்டோம்.
☆

சோபையான காரணத்திற்குக் கோபித்து,
பேசி மாதங்களாகிவிட்ட போதிலும்
முகம் பார்த்து வருடமாகிவிட்ட போதிலும்
"நீ என் ஆள்" என்று சொல்லிக் கொள்வதில் மட்டும்
குறைச்சலொன்றுமில்லை.
☆

நீ தொடர்பில் இல்லாது போன பின்
நான் என்ன செய்வேன்?

தினம் தினம் பேசிப் பழகிய நம் நேரம் வரும்போது
அலைபேசியை அடிக்கடி எடுத்துப் பார்ப்பேன்.

செயலியில் உன் பெயரை வருடுவேன்
அழைப்பாயென்று காத்திருப்பேன்

நேரத்தைப் போக்கிக் கொள்ளத் தெரியாமல்
வருத்தமாகத்தான் இருக்கும்

உன்னோடிருந்து பேசிக் களித்த மயக்கத்தில்
பார்க்காமல் விட்ட திரைப்படங்கள்
வாசிக்காமல் விட்ட புத்தகங்கள்
கேட்காமல் விட்ட பாடல்கள்
முடிக்காமல் தேங்கிய பணிகள்
நண்பர்களுக்கு நிராகரித்த நேரங்கள்
என
ஒவ்வொன்றாக சரி செய்து
நீ வருவதற்கு முன்பிருந்த
காலத்தின் மேலாண்மைகளுக்குள்
திரும்பப் போயிருப்பேன்

இன்று நீ மீண்டும் அழைத்து
பழையனவற்றைப் புதுப்பிக்க எண்ணாதே,

நீ என் இனிய நினைவு.
நினைவுகளுக்கு உயிர் தர
எவராலும் ஆகாது.

மேலும்
இன்று நிஜமாகவே
வேலை அலுவல் அதிகம் இருக்கும்
பொழுதுபோக்கில் மூழ்கி இருப்பேன்,
சத்தியமாக எனக்கு நேரமே இல்லை.
☆

மனம் கசந்து
உடைந்து
அழுது புரண்டு
அரற்றி
எல்லாமும் இழந்து
எல்லோரும் கைவிட்ட பிறகு
வாழ்வை முடித்துக் கொள்ளும்
சன்னதம் வரும்,
அப்போது நினைவில் கொள்
தீர்க்க முடியாத பிரச்சனைகளும் இல்லை
வடிந்து போகாத துயரும் இல்லை
முடிந்து போகாத கொண்டாட்டங்களும் இல்லை.
நீ
கோடி ஆண்டுகளின்
அற்புத உயிர் நீட்சி.
நீயே நிஜம்
நீ மட்டுமே நிரந்தரம் உனக்கு.
✩

அன்பு பெருகி அதன் உச்சத்தில் திகழும்போது சென்று வெளிப்படுத்தாதே. கொஞ்சம் பொறு, இந்தத் தீவிரம் தணியட்டும்.

அவசரப்பட்டுக் காதலைச் சொல்வாய், சொன்னபோதுள்ள தீவிரத்தில் காதலிக்க முடியாமல் உறவை உடைப்பாய்.

அன்பினாலான அதிருப்திகளினால் மனம் கசந்து நின்றதும் சென்று, ஏன் ஏன் எனக் கேள்விகளால் துளைக்காதே, கொஞ்சம் பொறு, இந்தக் கொதிநிலை அடங்கட்டும்.

கசப்பைத் தாங்க முடியாமல் சென்று முறையிட்டு கோபித்துப் பிணக்குண்டான பிறகு இதைச் சொல்லியிருக்க வேண்டாமோ என்று மேலுமொரு முறை மனம் கசந்து நிற்பாய்.

கொஞ்சம் பொறு
பனி விலகி பாதை வரும்.
சிந்தை துலங்கி
சித்திக்கும் ஞானம்.

✰

மன அமைதிக்கு பத்துக் கட்டளைகள்:

01
எவருக்கும் இரண்டாவது வாய்ப்பாக இருக்காதே!

02
தாழ்வு மனப்பான்மை வருகிறதென்றால் நீ இருக்கும் இடம் தவறானது.

03
உன்னைப் பொருட்டாகக் கருதாதவர்கள் அழைத்தால் அடித்துப் பிடித்து ஓடுவதை நிறுத்து. எப்போதும் கிட்டுகின்ற தூரத்தில் உன்னை வைத்துக்கொள்ளாதே.

04
வாழ்விற்குள் வருபவர் அனைவரும் உனக்கானவர்கள் அல்ல. சமயங்களில் நீ என்பது, மனிதர்கள் பயணத்தில் கடந்து போகும் சிற்றூர்.

05
உன்னைப் புரிந்துகொள்ளாதவர்களிடம் மன்றாடாதே. அனைவரும் புரிந்தும் புரியாதது போலவே இருக்கவே விரும்புகிறார்கள்.

06
உன் இருப்பு தேவையற்ற இடங்களில் இருந்து நகர்வதற்குத் தயங்காதே. நகராமல் நிற்க நிற்க உன் தன்மானம் சூடுபட்டுக் கொண்டே இருக்கும்.

07
வேண்டாமென மறுப்பவர்களுக்குப் பிடிவாதமாக நீ தரும் முக்கியத்துவங்களால்தான் புறக்கணிப்பைப் பெறுகிறாய்.

08
உன்னை விரும்பாதவர்கள் எவரும் மோசமான மனிதர்கள் இல்லை, அவர்கள் உன்னை விரும்பவில்லை அவ்வளவுதான்.

09
மணிக்கணக்காகப் பேசியவர்கள் திடும்மென மௌனம் காத்தால், அவர்களைப் பேசுவதற்கு வற்புறுத்தாதே, சம்பிரதாயமான குரலை விட மௌனமே சிறந்தது.

10
நிரந்தரமென எவருமில்லை, ஆயினும் மனிதர்களைத் தவிர்த்துவிட்டு வாழ முடியாது. வெறுமைக்கு மனதைத் தயார்படுத்திவிட்டு திருவிழா கொண்டாடு. பெருங்கூட்டத்திலும் தனிமைக்குப் பழகு.

☆

முடிவுரை:

சின்னஞ்சிறிய வயதில், "அக்கா தனியா போறா. துணைக்குப் போ" என்று பழக்கியது முதல், பெண்ணுக்கு ஆண் ஒரு பாதுகாவலன் என்ற மனதோடே வளர்கிறான், பெண்ணைக் காப்பற்றுவதுதான் நாயகத்தனம் என்று அத்தனை ஊடகங்களும் கற்பிக்கின்றன. இங்கிருந்து அத்தனை ஆண்களும் கயவர்கள் என்ற முடிவின் வழி, கயவர்களிடம் இருந்து அவன் விரும்புகின்ற மற்றும் அவன் சார்ந்த பெண்களுக்கு அறிவுரை சொல்லிப் பாதுகாப்பதைத் தன் தலையாய கடமையாக நினைத்துக் கொள்கிறான். அவன் வாழ்வில் சில பெண்கள் இருக்கிறார்கள். ஒவ்வொரு பெண்ணுக்கும் ஒவ்வொரு இடம் கொடுத்து வைத்திருக்கிறான். காமத்தின் வண்ணங்கள் இன்றி ஒரு அந்நியப் பெண்ணிடம் அவனால் இயல்பாகப் பேசிப் பழகிட முடியும். அதே சமயம் முழுக்க முழுக்க காமத்தோடு ஒரு பெண்ணை ரசிக்கவும் அணுகவும் முடியும். இரண்டு குணமுமே ஒருவனுக்குள் இருக்கிறது. இவன் என்ன செய்வான் என்றால் இரண்டாவது குணத்தை மட்டும் ஒட்டுமொத்த ஆண்சமூகப் பிரதிநிதித்துவமாகக் கொண்டு அந்த இரண்டாவது குணத்திடம் இருந்து ஒருத்தியைப் பாதுகாப்பது முக்கியமெனக் கருதத் தொடங்கிவிடுகிறான். இதிலிருந்து, எப்போதும் தன்னுடைய பாதுகாப்பில் தன்னுடைய கண்காணிப்பில் ஒருத்தி சௌகர்யமாக இருப்பதுதான் காதல் என்ற தவறான புரிதலுக்குள் சென்றுவிடுகிறான்.

தன்னை அண்டி நிற்கும் ஒரு பெண்ணிடமிருந்து அவன் பெறக்கூடிய கம்பீரம் போதை போல அவனை ஆக்கிரமித்துக் கொள்கிறது. இந்த போதை காலம் முழுக்க மனைவி, மகள் என்று யாரையேனும் தன்னுடைய கட்டுப்பாட்டில் வைத்திருக்கவே ஆசைப்படுகிறது. அதன் மூலம் ஒரு ஆளுமையாகத் திகழ விரும்புகிறான். யதார்த்தம் தலைகீழாக இருக்கிறது. 'இன்றைக்கு என்னை என்னால் பார்த்துக்கொள்ள முடியவில்லை. உன்னை வந்து அண்டினேன். ஆனால் அப்படியே

காலம் முழுக்க இருக்க மாட்டேன் அல்லவா? என்னை நானே பார்த்துக்கொள்ளக் கூடிய நிலையை நோக்கி நகர்ந்து விடத்தானே செய்வேன்?' என்று பெண் தன்னைத் தானே தகவமைத்துக் கொள்ளும்போது 'உனக்கு நான் வேறு எதற்குத்தான் தேவை? என் அன்பும் காதலும் வேறு எதற்குத்தான் பயன்படப் போகிறது?' எனப் பதற்றமாகிவிடுகிறான். சுற்றிச் சுற்றி வந்து இவன் காலடியில் கிடக்கும் அடிமைப் பெண்ணைத்தான் காதலித்துப் பழகி இருக்கிறான். அல்லது காதலென்று கேள்விப்பட்டிருக்கிறான். சுதந்திரமான பெண்ணைக் காதலிப்பதில் இதுவரைக்கும் காதல் என்று கற்று வைத்திருந்த அனைத்தையும் அவன் துறந்தாக வேண்டி இருக்கிறது. அது அவனுக்கு அதிர்ச்சியளிக்கிறது.

பெண், என்னைப் பாதுகாக்காதே என்கிறாள். 'எல்லாவற்றையும் நானே எதிர்கொண்டு நல்லது எது, கெட்டது எது எனத் தெரிந்து கொள்கிறேன். தீயைத் தொட்டு தீ சுடும் என்று அறிந்து கொள்கிறேன். நீ எனக்கு கற்பிக்காதே' என்று முரண்டுகிறாள். 'நீயும் நானும் ஒரே போல கல்வி கற்றோம். ஒரே போல வளர்ந்தோம். ஒரே போல வேலைக்குப் போகிறோம். ஒரே போல வாழ்பனுவங்களைப் பெற்றுக் கொள்வதில் மட்டும் ஏன் பாகுபாடு? உனக்கு மட்டும் எல்லாம் தெரியும். எனக்கு எதுவும் தெரியாதென்ற மதிப்பீடுகள் எதற்கு?' என்று அவள் எதிர்கேள்வி கேட்கும்போது ஆணிடம் பதில்களில்லை. வன்புணர்வு, காதலித்து ஏமாற்றி, வேறு ஏதோ வகையில் நடந்துவிடப் போகும் காமமென உடலை மையப்படுத்தியே ஒரு எச்சரிக்கை உணர்வைச் செலுத்த எண்ணுகிறான். அங்கும் அவள், 'அப்படி ஏதேனும் நிகழ்ந்தால் அதன் அனுபவங்களையும் பெற்றுக் கொள்கிறேன். யாரை எங்கு நிறுத்த வேண்டுமென்ற பாடம் எளிதில் கிடைத்து விடாதல்லவா?' என்று வாழ்வை அனுபவமாகப் பார்க்கும் நிலைக்கு நகர்ந்து விட்டாள், ஆண் இன்னும் அதனை ஏற்றுக்கொள்ள முடியாமல் தத்தளிக்கிறான்.

பாதுகாக்கும் மனநிலைக்குள் இருந்து வெளியேறத் தெரியாமல் விழிக்கிறான்.

இன்றைய பெண்ணுக்கு அன்பு, கரிசனம், அக்கறை, காதல், காமம் எல்லாம் தேவைப்படுகிறது, எல்லாம் கொஞ்ச கொஞ்ச நேரத்திற்குத் தேவைப்படுகிறது, மற்ற நேரங்களில் தன் வாழ்க்கையை நோக்கி ஓய்வற்று ஓடிக் கொண்டே இருக்கிறாள். இளைப்பாறுவதற்குத்தான் இவையெல்லாம் தேவை. ஓட்டத்திற்கே இவையெல்லாம் தடையாக வருமென்றால் அதனைத் தகர்த்து எறிவதற்குத் தயங்காத ஒருத்தியாகவும் இருக்கிறாள்.

மனவிரிவின்றி ஒரு சுதந்திரமான பெண்ணைக் காதலிப்பது அத்தனை எளிதன்று. 'உனக்காக வாழ்வேன், உனக்காக மரிப்பேன்' போன்ற வசனங்களை எல்லாம் இன்று தூக்கிக் கொண்டு போனால் பெண் விலகிப் போகவே செய்கிறாள். எனக்காக நீ வாழாதே. உனக்காக நீ வாழ். உனக்காக நீ வாழும் வாழ்க்கைக்குள் நான் வந்து பொருந்துகிறேன்' என்பதே முதிர்ச்சியான புரிதலாக இருக்கின்றது. இனி வரும் காலத்தின் காதலுக்கு இந்தப் புரிதலை கைக்கொள்ளுதல் மிக அவசியம்

நிறைவு.